വൈകയുടെ കുഞ്ഞുകഥകൾ

വൈക

Copyright © VAIKA
All Rights Reserved.

This book has been self-published with all reasonable efforts taken to make the material error-free by the author. No part of this book shall be used, reproduced in any manner whatsoever without written permission from the author, except in the case of brief quotations embodied in critical articles and reviews.

The Author of this book is solely responsible and liable for its content including but not limited to the views, representations, descriptions, statements, information, opinions and references ["Content"]. The Content of this book shall not constitute or be construed or deemed to reflect the opinion or expression of the Publisher or Editor. Neither the Publisher nor Editor endorse or approve the Content of this book or guarantee the reliability, accuracy or completeness of the Content published herein and do not make any representations or warranties of any kind, express or implied, including but not limited to the implied warranties of merchantability, fitness for a particular purpose. The Publisher and Editor shall not be liable whatsoever for any errors, omissions, whether such errors or omissions result from negligence, accident, or any other cause or claims for loss or damages of any kind, including without limitation, indirect or consequential loss or damage arising out of use, inability to use, or about the reliability, accuracy or sufficiency of the information contained in this book.

Made with ♥ on the Notion Press Platform
www.notionpress.com

സമർപ്പണം

എന്നുമെപ്പോഴും കൂടെ നിൽക്കുന്ന,
എഴുത്തുവഴിയിൽ മുന്നോട്ടുപോകാൻ
ഏറ്റവും കൂടുതൽ പ്രചോദനം നൽകുന്ന
കണ്ണനും സോനുവിനും സമർപ്പിക്കുന്നു,
വൈക ഈ കുഞ്ഞു കഥാസമാഹാരം!

വൈക

Details of the book

Writer	: Vaika
Page lay out & Cover page design	: Robin Palluruthy
Language of the book	: Malayalam
Published in	: Agust 2024;

ഉള്ളടക്കം

ആമുഖം vii

1. കഥകൾ 1

ആമുഖം

വൈക

വൈകയെന്ന തൂലികാനാമത്തിൽ എഴുതുന്ന ഗീത സതീഷ് പിഷാരോടി 1985 ആഗസ്ത് 29 ന് പാലക്കാട് ജില്ലയിലെ മണ്ണാർക്കാട് നാരായണൻ കുട്ടി പിഷാരോടിയുടെയും, വത്സല പിഷാരസ്സ്യാരുടെയും 2-ാ മത്തെ മകളായി ജനിച്ചു.
ചങ്ങലീരി യു.പി.സ്കൂളിലെയും കല്ലടി ഹയർസെക്കന്ററി സ്കൂളിലെയും വിദ്യാഭ്യാസത്തിനു ശേഷം, ഇംഗ്ലീഷ് സാഹിത്യത്തിൽ ബിരുദവും, വിദ്യാഭ്യാസത്തിൽ ബിരുദാനന്തര ബിരുദവും പൂർത്തിയാക്കിയതിന് ശേഷം വിദ്യാർത്ഥികൾ നേരിടുന്ന പ്രതികൂല ഘടകങ്ങളിൽ ഗവേഷണം നടത്തുന്നു.

ഗാന്ധിജിയുടെ നാടായ ഗുജറാത്തിൽ ഭർത്താവ് സതീഷിനും മകൾ അനന്യക്കുമൊപ്പം സ്ഥിരതാമസമായ വൈക നിലവിൽ ഹൈസ്കൂൾ പ്രധാന അധ്യാപികയായി സേവനമനുഷ്ഠിക്കുന്നു.

<u>വൈകയുടെ പ്രസിദ്ധീകരിച്ച കൃതികൾ.</u>

1. സമ്മാനപ്പൊതി	(കഥകൾ)
2. വൈകയുടെ കഥകൾ	(കഥകൾ)
3. നക്ഷത്രഗീതകം	(കവിതകൾ)
4. അവൾ	(കഥകൾ)
5. മടക്കയാത്ര	(കവിതകൾ)
6. കുഞ്ഞീണങ്ങൾ	(കുട്ടിക്കവിതകൾ)
7. വേദ	(നോവൽ)
8. കുഞ്ഞീണങ്ങൾ 2	(കുട്ടിക്കവിതകൾ)
9. അവനോർമ്മകൾ	(കവിതകൾ)

1

കഥകൾ

1. ഫേക്ക്പുണ്യാളൻ
2. പൂക്കളം
3. അറിഞ്ഞില്ല
4. ഏട്ടന്റെ അനിയൻ
5. പേനയുടെ കഥ
6. മുഖപുസ്തക പ്രണയം
7. ക്ളീഷേ
8. പൂക്കൾ
9. ആരോഗ്യം
10. ഫീസ്
11. വിശപ്പ്
12. രണ്ടുമുഖങ്ങൾ
13. ഇരട്ടിപ്പണി
14. സ്നേഹം
15. കാലം മാറി
16. മണിപ്പാമ്പ്
17. നല്ല ബിസിനസ്
18. വൃത്തി
19. ആയിരം രൂപ
20. താലി

21. ഹൃദയം പറഞ്ഞത്
22. കാദംബരി
23. ശീതസമരം
24. യോഗ്യത
25. മടിച്ചി
26. ധൃതി
27. സന്തോഷംകൊല്ലി
28. തേഷ്
29. ഭദ്രജ
30. അവൾ ഇല്ലാതായ രാത്രി
31. ഹൃദയം തുന്നുന്നവൾ
32. വൈഫൈയോടിഷ്ടം
33. എനിക്കും ഇഷ്ടമാണ്
34. ഭൃഗി
35. മധുരം കിനിയും നുണകൾ
36. ദ്വിജ
37. ആഷി
38. പറക്കാൻ മറന്നുപോയവൾ
39. മത്സ്യപിടിപ്പിക്കുന്ന പെണ്ണ്
40. ഡെബോറ
41. ഗേയ
42. റിഥിമ
43. താഷി
44. മനസ്വി
45. നബിത

1. ഫേക്ക്പുണ്യാളൻ

'അപ്പുറത്തെ വീട്ടിലെ പുതിയ താമസക്കാരി ആളത്ര ശരിയല്ലന്ന് തൊന്നുന്നു..!'

രാവിലെ അടുക്കളയിൽ വന്നവൻ അത് പറഞ്ഞപ്പോൾ അവൾ ചിരിച്ചുകൊണ്ട് ചോദിച്ചു.. 'അതെന്താ, ങ്ങൾക്ക് പ്പോ അങ്ങനെ തോന്നാൻ...!'

'അവര് ഫേസ്ബുക്കിൽ ഒക്കെ വളരെ 'ആക്റ്റീവ്' ആണ്. പേജിൽ എത്ര പോസ്റ്റ് ആണെന്നറിയോ.. കുറേ ഫോട്ടോസും ഇടുന്നുണ്ട്..!' അവൻ പെട്ടെന്നുത്തരം നൽകി.

'ഫേസ്ബുക്കിൽ ആക്റ്റീവ് ആകുന്നതാണോ കുറ്റം?.. അവർക്കതിഷ്ടാവും, പിന്നെ മനുഷ്യരുടെ കഴിവുകൾ ലോകം അറിയാനുള്ള നല്ല പ്ലാറ്റ്ഫോമുകളാണ് സാമൂഹിക മാധ്യമങ്ങൾ.. പക്ഷെ, ചിലരുണ്ട് ട്ടോ ഈയിടങ്ങളെയും മലിനമാക്കുന്നവർ. പക്ഷെ ഇവരങ്ങനെയല്ല..ങ്ങള് ഒരുമാതിരി സങ്കുചിതമായ മനസ്സും വെച്ച് ഓരോന്ന് ആലോചിക്കണ്ട..!'

'എന്തായാലും എനിക്കിതൊന്നും അത്ര ഇഷ്ടല്ല...

നല്ല വീട്ടിലെ ആൾക്കാര് ഇങ്ങനെ സാമൂഹിക മാധ്യ മത്തിലൊന്നും കറങ്ങി നടക്കില്ല!'

ഇത്രയും പറഞ്ഞവൻ ഉമ്മറത്തേക്ക് പോയി, മൊബൈൽ എടുത്ത് തന്റെ മുഖപുസ്തകത്തിലെ ഫേക്ക് ഐഡിയിലൂടെ ലോഗിൻ ചെയ്തു കുറേപേ രുടെ പോസ്റ്റ്കൾക്ക് അശ്ലീലച്ചുവയുള്ള കമന്റുകൾ നൽകാനിരുന്നു.

മുഖം കാണിക്കാതെ മനസ്സിലെ മാലിന്യം മുഖ പുസ്തകത്തിൽ എഴുതിവെക്കുന്നവരിൽ ഒരാളായി

*****

2. പൂക്കളം

ഉച്ചയാവുമ്പോഴേക്കും നമ്മുടെ പൂക്കളത്തിലെ പൂവൊക്കെ വാടിത്തുടങ്ങുമല്ലോ? ജഡ്ജസിന് ഇപ്പൊ വന്നാലെന്താ!!?‘

അവളാകെ വിഷമിച്ചുകൊണ്ടാണ് അങ്ങനെ പറഞ്ഞത്.

അത് സത്യമാവുകയും ചെയ്തു. ജഡ്ജസ് വന്നപ്പോഴേക്കും അവരുടെ പൂക്കളത്തിലെ കുറേ പൂക്കൾ ആകെ കരിഞ്ഞ പോലെയായിരുന്നു. എന്നാൽ ഒന്നാം സ്ഥാനം നേടിയ പൂക്കളത്തിലെ ഒരു പൂ പോലും ഒന്ന് ചെറുതായി വാടിയിട്ടു പോലുമില്ലായിരുന്നു. അവരെ അഭിനന്ദിക്കാൻ അടുത്ത് ചെന്ന അവൾ അത്ഭുതപ്പെട്ടു.

തിരിച്ചു വന്നവൾ ആ അത്ഭുതം മറച്ചുവെക്കാതെത്തന്നെ എല്ലാവരോടുമായത് പറഞ്ഞു..!

‘അവരുടെ പൂക്കളെങ്ങനെ വാടും ന്റെ പൊന്നേ. അത് പ്ലാസ്റ്റിക് പൂക്കൾ മിക്സ് ചെയ്തതാണ്. ഇനിയിപ്പോ റൂൾ തെറ്റിച്ചതിന് അവരെ എന്താ അയോഗ്യ

രാക്കാതിരുന്നത് എന്നൊന്നും ചോദിക്കരുത്. അവരുടെ ടീമിലെല്ലാവരും പ്രമുഖരുടെ മക്കളാണ്. മനസ്സിലായോ??'

അവൻ പറഞ്ഞത് കേട്ടിട്ടാർക്കും അത്ഭുതം തോന്നിയില്ല.

'ഇതിലിപ്പോ എന്താ പുതുമ..'

ഐക്യത്തോടെ അവരങ്ങനെ ചിന്തിച്ചു !!!

*****

3. അറിഞ്ഞില്ല

'ആഹാ.. എന്ത് ചന്തമാണ് നിന്നെയീ 'ഡിപി' യിൽ കാണാൻ.. കെട്ടിപ്പിടിച്ചൊരു ഉമ്മ തരാൻ തോന്നുന്നു..!'

മൊബൈലിൽ അവന്റെ സന്ദേശം വായിച്ചപ്പോൾ ഒരു കൗമാരക്കാരിയുടേതെന്നുപോലെ അവളുടെ മുഖം തുടുത്തു.

'അടുത്ത തവണ കാണുമ്പോൾ പലിശ ചേർത്ത് തന്നാൽ മതി!'

കുസൃതി കലർന്ന ഒരു മറുപടിയവളവനയച്ചു.

'നിങ്ങൾ രണ്ടുപേർക്കും ഭക്ഷണം കഴിക്കണ്ടേ? ഫോണിൽ കുത്തിയിരിക്കാതെ വേഗം കഴിക്ക്..'

സൂരജ് അവന്റെ കൂടെ പാർട്ടിയിൽ വന്ന അനിയനോടും ഭാര്യയോടും ചിരിച്ചുകൊണ്ടാണത് പറഞ്ഞത്.. പക്ഷെ അപ്പോഴും സൂരജിനറിയില്ലായിരുന്നു, അവർ രണ്ടുപേരും പരസ്പരം മെസ്സേജ് അയക്കുന്നതിനായാണ് മൊബൈലിൽ നോക്കിയിരിക്കുന്നതെന്ന്..

കലികാലത്തിലെ സ്ഥിരം കാഴ്ചകളിൽ ഒന്നായ വിവാഹേതര ബന്ധങ്ങളുടെ മനം മടുപ്പിക്കുന്ന ഗന്ധം അവിടെയെങ്ങും പരക്കുന്നതും അവനറിഞ്ഞില്ല!!!

*****

4. ഏട്ടന്റെ അനിയൻ

അയ്യോ.. മൂന്നാം തീയതി ആണോ ഫങ്ക്ഷൻ. എന്താ ഏട്ടാ ഇത് ? ഞാനെങ്ങനെ വരും?.. അന്നാണ് എന്റെ ഓഫീസിലെ 'അപ്രൈസൽ മീറ്റിംഗ്'.. അന്ന് ഞാൻ പോയില്ലെങ്കിൽ എന്റെ പ്രൊമോഷൻ പിന്നെ രണ്ടുകൊല്ലത്തിനു നോക്കേണ്ട

കരച്ചിലിന്റെ വക്കത്തെത്തിയിരുന്നു അവനത് പറഞ്ഞു നിർത്തിയപ്പോഴേക്കും.

'എടാ നിന്നോടല്ലേ ഞാനാദ്യം പറഞ്ഞത്, പത്താം തീയ്യതിയ്ക്ക് മുന്നേ എന്ന് വേണേലും നിത്യയുടെ നിശ്ചയം വെച്ചോളൂ.. ഞാനവിടെ ഉണ്ടാകും എന്ന് നീ തന്നെ അല്ലേടാ പറഞ്ഞത്?.. ഇപ്പൊ എന്ത് പറ്റി?'

ഏട്ടനും ആകെ പരവശനായിരുന്നു.

'എനിക്കറിയില്ലാരുന്നല്ലോ ഏട്ടാ.. മൂന്നാം തീയതി തന്നെ ഇവര് ഈ മീറ്റിംഗ് വെക്കും ന്ന്. ഞാൻ പിന്നെ വിളിക്കാം ഏട്ടാ... എനിക്ക്.. എനിക്ക്..!'

പൊട്ടിക്കരഞ്ഞുകൊണ്ട് അവൻ ഫോൺ വെച്ചതും

അവളവനരികിൽ വന്നവന്റെ കൈ പിടിച്ച് കുലുക്കി അഭിനന്ദിച്ചു കൊണ്ട് പറഞ്ഞു..

'അഭിനയത്തിന്റെ ഓസ്കാർ നിങ്ങൾക്ക് തന്നെട്ടോ. ഇല്ലാത്ത മീറ്റിങ്ങിന്റെ പേരും പറഞ്ഞ് കാശെത്ര ലാഭിച്ചു? ടിക്കറ്റിന്റെ, നിത്യയ്ക്ക് കൊടുക്കേണ്ട ഗിഫ്റ്റിന്റെ? ഏട്ടനെ അഭിനയിച്ചു പറ്റിച്ച മിടുക്കനാവ അനിയൻ'

മുതലക്കണ്ണീർ തുടച്ചുകൊണ്ടവൻ ചിരിച്ചുകൊണ്ടൊരു മൂളിപ്പാട്ട് പാടി നിന്നു...!

*****

5. പേനയുടെ കഥ

എന്താണപ്പാ ങ്ങളീ പറേണത്? ബിശ്വസിക്കാവാ?'

അവനങ്ങനെ ചോദിച്ചപ്പോ, ബസ്സിൽ പേന വിൽക്കാൻ വന്നയാൾ ഒരു പേനയെടുത്തയാൾക്ക് നൽകിക്കൊണ്ട് പറഞ്ഞു..

'ങ്ങള് സ്വയം എഴുതിക്കോളീ.. പിന്നെ മായ്ച്ചു നോക്കീ... തൃപ്തിആയാല് മാത്രം ബാങ്ങ്യാ മതീന്ന്!'

അവനാ പേന മേടിച്ചു എഴുതി.. പിന്നെ മായ്ച്ചു.. പേനകൊണ്ട് എഴുതിയത് മായ്ക്കാൻ പറ്റുന്നത് ആദ്യമായിട്ടായിരുന്നു അവൻ കാണുന്നത്. പിന്നെ ഒന്നും നോക്കാതെ നൂറു രൂപ കൊടുത്ത് പേന മേടിച്ചു.

'ഇതെന്താണ്.. ങ്ങളല്ലേ പറഞ്ഞത് തോണ്ടെഴുതീത് മായ്ക്കാം ന്നൊക്കെ.. തോന്നും മായണില്ലല്ല!'

മോനങ്ങനെ പറഞ്ഞപ്പോ അവൻ വേഗം ആ പേന വാങ്ങി നോക്കി. പേന വിൽക്കാൻ വന്നവന്റെ കയ്യിലുണ്ടായിരുന്ന പേന വേറെയായിരുന്നുവെന്നയാൾ തിരിച്ചറിഞ്ഞു.

അഞ്ചു രൂപയുടെ ഒരു സാധാരണപേന അയാളുടെ കയ്യിലിരുന്നു ചിരിച്ചു കൊണ്ട് പറഞ്ഞു..

'ഓൻ കാണിച്ച പേന ബേറെ, ങ്ങക്ക് തന്നത് ബേറെ....!'

*****

6. മുഖപുസ്തക പ്രണയം

എനിക്കിനി അവനില്ലാതെ പറ്റില്ല ഏട്ടാ... ഞാൻ അവന്റെ കൂടെ മാത്രമേ ജീവിക്കൂ..!

മുഖപുസ്തകത്തിലൂടെ പരിചയപ്പെട്ട്, പ്രണയിച്ച വനുമായേ ഇനി അങ്ങോട്ട് ജീവിതമുള്ളൂ ന്ന് അവളേ നോടും അമ്മയോടും അന്ന് തുറന്ന് പറഞ്ഞു.

'നീ അവനോട് അടുത്താഴ്ച ഇങ്ങോട്ട് വരാൻ പറ. ഞങ്ങളാദ്യം അവനെയൊന്ന് കാണട്ടെ. സംസാ രിക്കട്ടെ.'

എന്തോ എതിർത്തു പറയാൻ വന്ന അമ്മയെ തട ഞ്ഞു കൊണ്ട്, ചേർത്ത് പിടിച്ച് കൊണ്ട് ഏട്ടനവൾ ക്ക് മറുപടി നൽകി.

ഒരുപാട് സന്തോഷത്തോടെയാണ് അവളീ കാര്യം അവനോട് ചാറ്റിൽ പറഞ്ഞത്, ഉടനെത്തന്നെ അവ ന്റെ മറുപടി വന്നു..

'എന്റെ പൊന്നേ. നീ എന്തിനാ ഈ കാര്യമൊക്കെ വീട്ടിൽ പറഞ്ഞത്? ഞാൻ എപ്പോഴെങ്കിലും നിന്നോട്

പറഞ്ഞോ നിന്നെ കെട്ടാമെന്ന്?.. പിന്നെ ഞാൻ ഈ 'ചാറ്റ്സ്ക്രീനിൽ' മാത്രമുള്ള ഒരാളാണ്.. യഥാർത്ഥ ജീവിതത്തിൽ ഞാനൊരിക്കലുമില്ല...!'

അവളന്ന് തിരിച്ചറിഞ്ഞു..മുഖമില്ലാത്ത വെറും സമയംകൊല്ലി മുഖപുസ്തകപ്രണയത്തെ

*****

7. ക്ലീഷേ

'ഏയ്.. ഒന്നും പേടിക്കണ്ട ഞാനില്ലേ കൂടെ!'

അവന്റെ ആ വാക്കുകളിൽ വിശ്വസിച്ചവൾ കൂടെ ഇറങ്ങിച്ചെല്ലാമെന്ന് സമ്മതിച്ച ആ രാത്രിയിൽ. ഒറ്റയ്ക്ക് ഒരുപാട് കഷ്ടപ്പെട്ട് തന്നെ പഠിപ്പിച്ച, വളർത്തിയ അമ്മയ്ക്കൊരു കത്തെഴുതിവെച്ചവൻ വീട്ടിൽ നിന്നിറങ്ങിയപ്പോളാണ്, ഫോണിൽ അവളുടെ സന്ദേശം വന്നത്..

'ഇന്നലെ അങ്ങനൊരു മൂഡിൽ നമ്മൾ ഒളിച്ചോടാം ന്നൊക്കെ പറഞ്ഞത് സീരിയസ് ആക്കി എടുത്ത് ഇന്ന് വീട്ടുപടിക്കലേക്കൊന്നും വന്നേക്കല്ലേ... നാളെ ഒരു ലണ്ടൻകാരൻ ചെക്കൻ പെണ്ണ് കാണാൻ വരുന്നുണ്ട്.. ഇന്നെനിക്ക് നേരത്തെ ഉറങ്ങേ വേണം... നീ നാളെ വൈകിട്ട് ഫ്രീ ആണേൽ പി.വി.ആറിലേക്ക് വാ.. ഇത്തിരി ദിവസോം കൂടിയേ ഇങ്ങനെയൊക്കെ കറങ്ങി നടക്കാൻ പറ്റൂ.. കല്യാണം ഉറപ്പിച്ചാൽ പിന്നെ ഞാൻ വരില്ല...!'

കലികാലത്തിലെ പ്രണയത്തിൽ പോലും മയമു

ണ്ടെന്ന ക്ളീഷേ 'ഡയലോഗ്' അവന്റെ ചെവിയിൽ ആരോ വന്നു വീണ്ടും വീണ്ടും പറയുന്ന പോലെ തോന്നിയവന്...!!

*****

8. പൂക്കൾ

എത്ര നല്ല പൂക്കൾ വിരിയുന്ന ചെടിയാണ്... എന്തിനാ അത് വെട്ടിക്കളയുന്നെ?'

അവന്റെ ചോദ്യത്തിന് അവൾ നൽകിയ ഉത്തരം ഇങ്ങനെയായിരുന്നു...

'നല്ല പൂക്കളൊക്കെയാണ്.. കാര്യം ശരിയാണ്.. പക്ഷെ ഇതിന്റെ നല്ലൊരു ഭാഗം കൊമ്പുകളും അടുത്തവീട്ടിലേക്കാണ് ചാഞ്ഞു നിൽക്കുന്നത്. ആ കൊമ്പുകളിലാണ് കൂടുതൽ പൂക്കൾ വിരിയുന്നതും... അങ്ങനെ പ്പോ അപ്പുറത്തെ വീട്ടുകാരുടെ വീടിന് ചന്തം കൂടേണ്ട...!'

*****

9. ആരോഗ്യം

ഇതിലെഴുതിയ എല്ലാ മരുന്നും ഒരു മാസത്തേക്ക് വാങ്ങണോ ഡോക്ടറെ?'

അതു ചോദിക്കുമ്പോ അവന്റെ കണ്ണിലൊരു ദയനീയത വിരുന്ന് വന്നു.

'പിന്നല്ലാതെ. ഇതെല്ലാം ഒരു മാസം കഴിച്ചേ പറ്റൂ. ആരോഗ്യമല്ലേ വലുത് പൈസയല്ലല്ലോ!!'

അവനങ്ങനെയൊരു മറുപടി കൊടുക്കുമ്പോൾ, തന്നെ വിശ്വസിച്ചു കാണാൻ വരുന്നവരുടെ ആരോഗ്യമായിരുന്നില്ല.... 'മെഡിക്കൽ റെപ്രസെന്റേറ്റീവ്' ഇത്തവണ 'ഓഫർ' ചെയ്ത കനത്ത 'കമ്മീഷനായിരുന്നു ഡോക്ടറുടെ മനസ്സ് നിറയെ..!!

*****

10. ഫീസ്

ഫീസ് അടുത്തമാസം തരാം ടീച്ചറെ... ഈ മാസം ഒരു വരുമാനോമുണ്ടായില്ലന്നെ.'

ട്യൂഷന് വരുന്ന മോനുന്റെ അമ്മ കരഞ്ഞുകൊണ്ടത് പറഞ്ഞപ്പോ

'സാരല്ല്യ, ഈ മാസം ഫീസ് തരേണ്ട ട്ടോ!' ന്നാണ് അവൾ പറഞ്ഞത്... ഒരു പാവപ്പെട്ടകുട്ടിയ്ക്ക് കാശു മേടിക്കാതെ ഇത്തിരി അറിവ് പറഞ്ഞു കൊടുക്കുന്നതിൽ ഒത്തിരി സംതൃപ്തി വൈന്നേരം മാർക്കെറ്റിൽ പോയപ്പോഴും മനസ്സിലുണ്ടാരുന്നു...!!

മനസ്സ് നിറയെ സംതൃപ്തിയുണ്ടായിരുന്നെങ്കിലും പേഴ്‌സ് നിറയെ കാശില്ലാത്തത് കൊണ്ട്, വാങ്ങിക്കാൻ ആശിച്ച വിലകൂടിയ 'ഡ്രസ്സ്' മേടിക്കാതെ കടയിൽ നിന്നും തിരിച്ചിറങ്ങുമ്പോൾ അതേ കടയിൽ നിന്നും ഏറ്റവും വിലപിടിച്ച ഉടുപ്പ് മോൾക്കായി വാങ്ങി ബില്ല് കൗണ്ടറിൽ പൈസ കൊടുക്കാൻ നിൽക്കുന്ന മോനുവിന്റെ അമ്മയെ ക്കണ്ടു അവൾ.

കലികാലത്തിലെ വാക്കുകളിലൂടെ ദാരിദ്ര്യം പറഞ്ഞ്

11. വിശപ്പ്

വിശന്നിട്ടു വയ്യ സാറെ .... എന്തെങ്കിലും തായോ.. കഴിക്കാൻ എന്തെങ്കിലും വാങ്ങിത്തന്നാലും മതി...!'

തട്ടുകടയിൽ നിന്നും ദോശ കഴിക്കുന്ന സമയത്ത് അടുത്ത് വന്നിങ്ങനെ പറഞ്ഞ ഭിക്ഷാടകപെൺകുട്ടിയെ കണ്ടപ്പോൾ അവനെന്തോ മനസ്സിലുടക്കി.. പെട്ടെന്ന് കടയിൽ നിന്നും ഒരു പ്ലേറ്റ് ഇഡ്ഡലി വാങ്ങിക്കൊടുത്തു.

'എനിക്ക് ഇഡ്ഡലി ഇഷ്ടമല്ല, വട മതി..!'

ഇങ്ങനെ പറഞ്ഞാ പെൺകുട്ടി ഇഡ്ഡലി പ്ലേറ്റ് നിരസിച്ചപ്പോൾ,കലികാലത്തിലെ ഭിക്ഷാടനത്തിന്റെ മാറിയ മുഖവുമായി പൊരുത്തപ്പെടാൻ അവൻ ശ്രമിക്കുകയായിരുന്നു.!!

*****

12. രണ്ടുമുഖങ്ങൾ

എന്തൊക്കെയായാലും ഈ പ്രായത്തിലും ഇത്ര നല്ല മുടി ന്നൊക്കെ പറഞ്ഞാൽ, സമ്മതിക്കണം ട്ടോ... അടിപൊളി!!'

വിവാഹ വാർഷിക സത്കാരത്തിൽ സുജാതയുടെ ഭംഗിയുള്ള മുടിയെ വർണ്ണിച്ചും .അഭിനന്ദിച്ചും കുറേ നേരം അവളുടെ കൂടെ നിന്നതിനു ശേഷം ഭർത്താവിന്റെ അടുത്തെത്തിയ അവൾ മെല്ലെ പറഞ്ഞു..

'അവളും അവളുടെ ഒരു മുടിയും. ഒട്ടും ചേരുന്നില്ല അവൾക്കീ നീണ്ടമുടി...!

കലികാലത്തിന്റെ 'സ്പെഷ്യാലിറ്റി' യായ രണ്ടുമുഖമുള്ളവരിൽ ഒരാളായ അവൾ പറയുന്നത് കേട്ട് അവനും സുജാതയണിഞ്ഞിരുന്ന വെപ്പ്മുടിയും ഒരുപോലെ ചിരിച്ചു.

*****

13. ഇരട്ടിപ്പണി

'ഇതെന്തിനാ ഈ ഇരട്ടിപ്പണി ചെയ്യുന്നേ പെണ്ണേ ? '

ഒരു കിലോയുടെ കവർ തുറന്ന് കായവറുത്തതെല്ലാം ഇരുനൂറ്റിഅൻപത് ഗ്രാമിന്റെ നാല് പാക്കറ്റിലാക്കുന്ന ദേവയാനിയോട് അവളത്ഭുതത്തോടെ ചോദിച്ചു?..

'കിലോ ഓർഡർ അല്ലേ.. അപ്പൊ 'റെഡിമെഡ്' ആയി വരുന്ന ഈ പാക്കറ്റ് കൊടുത്താൽ പോരെ?'

അവളങ്ങനെ ചോദിച്ചപ്പോൾ ചിരിച്ചുകൊണ്ട് ദേവയാനിയെന്ന സൂത്രശാലിയായ കടയുടമ പറഞ്ഞു..

'റെഡിമെയ്ഡ് ആയി വരുന്ന ഈ ഒരു കിലോ പാക്കറ്റിനെ നാലാക്കുമ്പോ അതിന്ന് ഒരു ചെറിയ പിടി ഞാൻ മാറ്റിവെക്കും അങ്ങനെ അഞ്ചു കിലോയെ ഇരുപത് പാക്കറ്റ് ആകുമ്പോഴേക്കും ഇരുന്നൂറ്റി അൻപതിന്റെ ഒരു പാക്കറ്റ് കയ്യിലാകും... അതാണ് കാര്യം... മനസ്സിലായോ?'

കാര്യങ്ങൾ ആഴത്തിൽ തന്നെ മനസ്സിലാക്കിയ അവൾ ഒന്നും പറയാതെ നിന്നു...!!

*****

14. സ്നേഹം

നീയെനിക്ക് എന്റെ സ്വന്തം മോളെപോലെയല്ലേ കുട്ടീ... എന്റെ മോനേം നിന്നേം ഞാൻ വേറെ കണ്ടിട്ടില്ല ഇന്ന് വരെ...!'

എപ്പോഴും ഇങ്ങനെപ്പറയുന്ന വിഭേച്ചിയെയാണ് അന്നവളാദ്യം ഓർത്തത്. ഇന്നീ കഷ്ടപ്പാടിന്റെ സമയത്ത് തന്നെ സഹായിക്കാൻ വിഭേച്ചിയല്ലാതെ ആരാണ് ഉള്ളത്?

'അയ്യോ.. മോളെ.. കാര്യമൊക്കെ ശരിയാണ്.. നീയെനിക്ക് മോളെപ്പോലെയാണ് ... എന്റെ കയ്യിൽ പൈസയുമുണ്ട്.. പക്ഷെ സ്നേഹം പോലെയാണോ മോളെ പൈസ... അതെങ്ങനെയാ ഞാൻ നിനക്ക് തരുന്നേ...!'

വിഭേച്ചിയുടെ വാക്കുകൾ വാത്സല്യത്തിനും പൈസയ്ക്കുമിടയിലുള്ള അതിർവരമ്പവൾക്ക് കാണിച്ചു കൊടുത്തു...!!

*****

15. കാലം മാറി

അറിയിക്കാനുള്ളവരെയൊക്കെ അറിയിച്ചോളൂ ട്ടോ...!'

എയർപ്പോർട്ടിൽ നിന്നും ഓടിയെത്തിയ അവനോട് ഡോക്ടർ ഇങ്ങനെ പറഞ്ഞപ്പോൾ അവനാകെ തകർന്ന് പോയി. രണ്ട് വർഷം അച്ഛനെകാണാതിരുന്ന തന്റെ അവസ്ഥ ഇതാണെങ്കിൽ അമ്മയുടെ കാര്യം.. അതോർത്തപ്പോൾ തന്നെ അവന് കണ്ണിൽ ഇരുട്ട് കയറുന്നപോലെ തോന്നി...!!

അമ്മയുടെ അടുത്ത് പോയിരുന്ന് മെല്ലെ കാര്യം പറയാൻ തുടങ്ങിയപ്പോഴേക്കും അമ്മ അവനോടു പറഞ്ഞു..

'ഡോക്ടർ എല്ലാരേം അറിയിക്കാൻ പറഞ്ഞല്ലേ. ഞാൻ കേട്ടു.. നീ ഒരു കാര്യം ചെയ്യ്, ഇനീപ്പോ ആരെയൊക്കെ വിളിക്കണം. പറയണം ന്നോർത്ത് തല പെരുപ്പിക്കാതെ ആ വാട്സ് ആപ്പിൽ ഒരു സ്റ്റാറ്റസ് വെച്ചോ എന്റെ നെറ്റ് നടക്കുന്നില്ല, വൈഫൈ തന്നാൽ ഞാനും സ്റ്റാറ്റസ് വെക്കാം..!' മാറിപ്പോയ കാലത്തിലെ മാറിപ്പോയ അമ്മയെ അവനത്ഭുതത്തോടെ നോക്കി!

*****

16. മണിപ്പാമ്പ്

ഒരു നാലായിരം രൂപ ഇറക്കിയാൽ മതീന്നെ..പിന്നെ തിരിഞ്ഞ് നോക്കേണ്ട കാര്യല്ല്യ... പൈസ വന്നൊണ്ടെ ഇരിക്കും...!'

അച്യുതനന്ന് പറഞ്ഞത് ഇപ്പോഴും കാതിലിങ്ങനെ കേൾക്കുന്നപോലെ തോന്നി രമയ്ക്ക്...

നാലായിരം രൂപ കൊടുത്താൽ പിന്നെ പൈസ വന്നോണ്ടിരിക്കും ന്ന് പറഞ്ഞപ്പോ.. പേപ്പറിൽ വരച്ചൊക്കെ കാണിച്ചപ്പോൾ വിശ്വസിച്ചു കൊടുത്തു. പിന്നെയാണ് കാര്യങ്ങളൊക്കെ വിശദമായി പറഞ്ഞത്.

ഇനിം ആൾക്കാരെ ഇതിൽ ചേർക്കണം ന്നാലെ പൈസ കിട്ടൂ.. ഓടിനടന്ന് കുറേ പേരെ ചേർത്തു... പെട്ടെന്നൊരു ദിവസം ആ കമ്പനി അടച്ചു പൂട്ടിന്നാണ് അറിഞ്ഞത്.. നാലായിരം പോയിന്നു മാത്രല്ല ഒരു പാട് നല്ല മിത്രങ്ങൾ ശത്രുക്കളുമായി...!!

കാലികാലത്തിൽ കഴുത്തിൽ ചുറ്റിയ പാമ്പ് പോലെയായി രമയ്ക്ക് ആ മണിചെയിൻ!!

*****

17. നല്ല ബിസിനസ്

സാറെ.... ഇത് എട്ടിന്റെ പണിയാണ് കിട്ടിയിരിക്കുന്നത് ട്ടോ.. രണ്ട് മൂന്ന് പാർട്സ് മാറ്റേണ്ടി വരും.ഒരു 5 ഉറുപ്പിയ ആവും ട്ടോ... ന്നാലെ വണ്ടി കണ? കണ്ടീഷനാകൂ...!'

മെക്കാനിക് അങ്ങനെ പറഞ്ഞപ്പോൾ അയാളുടെ മനസ്സൊന്നിടിഞ്ഞു .. പക്ഷെ, വേറെ വഴി ഇല്ലാത്തോണ്ട് പാർട്സ് മാറ്റിക്കോളാൻ പറഞ്ഞ് അവിടെ നിന്നിറങ്ങി...

'ചേട്ടാ.. നമ്മൾ മാറ്റിയിടുന്ന പാർട്സ് ലോക്കൽ അല്ലേ, അതിന് ഒറിജിനലിന്റെ വിലയായ അയ്യായിരമൊന്നുമില്ലല്ലോ... രണ്ടായിരമല്ലേ ഉള്ളൂ..!'

സഹായിക്കാൻ നിൽക്കുന്ന ചെക്കൻ അങ്ങനെ ചോദിച്ചപ്പോൾ... ചിരിച്ചുകൊണ്ട് അവൻ പറഞ്ഞു...

'യ്യ് പണിന്റെ കൂടെ ബിസിനസ്സും കൂടി പഠിച്ചോടാ. ആൾക്കാരെ പറ്റിക്കുന്ന ബിസിനെസ്സ് അന്നേ ഫ്രീ ആയിട്ട് പഠിപ്പിക്കാ ഞാൻ!'

*****

18. വൃത്തി

ഒരു ഞായറാഴ്ച കിട്ടിയത് ഇങ്ങനെ പോയി..!'

ഒഴിവു ദിവസം മുഴുവൻ വീട് വൃത്തിയാക്കുന്നതിൽ ചിലവഴിച്ചതിൽ കെറുവിച്ച് കൊണ്ട് അവളത് പറഞ്ഞപ്പോഴും അവന് വിഷമമൊന്നും തോന്നിയില്ല, മനസ്സ് നിറഞ്ഞ സംതൃപ്തിയായിരുന്നു.. വീട് മുഴുവൻ വൃത്തിയായയല്ലോ!!

ഒരിത്തിരി കലക്കവെള്ളം കളയാൻ ബാക്കിയാണല്ലോ എന്നോർത്തവൻ അത് കളയാനായി എണീറ്റ് നടന്നു..

ബക്കറ്റ് എടുത്ത് കൊണ്ടുപോയി ആരും കാണുന്നില്ലെന്ന് ഉറപ്പ് വരുത്തി, ആ കലക്കവെള്ളം അടുത്ത വീടിന്റെ ബാൽക്കണിയിലൊഴിച്ചു... എന്റെ വീട് വൃത്തിയാക്കിയാൽ മാത്രം പോരാ,മറ്റുള്ളവരുടെ വീട് ഇത്തിരി വൃത്തികേടാക്കുക കൂടി വേണം.. ന്നാലെ മനഃസമാധാനം കിട്ടൂ ന്നുള്ള കലികാല സിദ്ധാന്തം ഒന്നൂടെ മനസ്സിൽ ഉറപ്പിച്ചുകൊണ്ട് ചുണ്ടിലൊരു ക്രൂരതയുടെ നിഴലുള്ള പുഞ്ചിരി യുമായി തിരിച്ച് നടന്നവൻ...!!

*****

19. ആയിരം രൂപ

'ഒരായിരം രൂപ മതിയെടാ നീ എങ്ങനെയെങ്കിലും ഒന്ന് ശരിയാക്കി താ.. ഇന്ന് കൊടുക്കാൻ പറ്റിയില്ലെങ്കിൽ ആകെ പണി ആകും!'

പറഞ്ഞു തീർന്നപ്പോഴേക്കും അവൻ കരച്ചിലിന്റെ വക്കത്തെത്തിയിരുന്നു.

'നോക്കാം.. ഒത്തു വന്നാൽ വിളിക്കാം!'

ഇത്രയും പറഞ്ഞ് കൂട്ടുകാരൻ ഫോൺ കട്ട് ചെയ്തപ്പോൾ അവന്റെ മനസ്സിൽ ഓടിയെത്തിയ ഓർമ്മകൾ വലിയ സ്ക്രീനിലെന്നപോലെ അവന് കാണിച്ചു കൊടുത്തു അവൻ കൂട്ടുകാരന് കടം കൊടുത്ത ആ ദിവസം.. ഇന്നൊരു അത്യാവശ്യത്തിനു പോലും ആ പൈസ തിരിച്ചു മേടിക്കാൻ കഴിയാതെ ബുദ്ധിമുട്ടുന്ന അവനെ നോക്കി ഒരു വല്ലാത്ത ചിരി ചിരിച്ചുകൊണ്ടാ ഓർമ്മകൾ മാഞ്ഞു മാഞ്ഞു പോയി...!!

*****

20. താലി

ഇന്നെന്തായാലും അവൾ ആഗ്രഹിച്ച പോലെ ഒരു നല്ല മാല വാങ്ങികൊടുക്കണം. സ്വർണ്ണമാല പോയിട്ട് ഒരു മോതിരം പോലും വാങ്ങിക്കാൻ കയ്യിൽ കാശില്ലന്നുള്ളത് സത്യമാണെങ്കിലും അവൻ തീരുമാനത്തിൽ ഉറച്ചു നിന്നു. രാത്രി എല്ലാവരും ഉറങ്ങിയ നേരത്ത് അമ്മയുടെ അരികിൽ മെല്ലെ ചെന്നിരുന്നു.. വിഷമങ്ങളെല്ലാം പറഞ്ഞു... സ്നേഹിക്കുന്ന പെണ്ണിന്റെ ആഗ്രഹം സാധിച്ചു കൊടുക്കാൻവേണ്ടി അമ്മയുടെ കഴുത്തിൽ കിടന്നിരുന്ന മാല മെല്ലെ പൊട്ടിച്ചെടുത്തു.. താഴെ ഊർന്നു വീണ താലി ഉറങ്ങിക്കിടന്നിരുന്ന അമ്മയെ ഉറക്കെ ഉറക്കെ വിളിച്ചു. പക്ഷെ അമ്മ കേട്ടില്ല. എല്ലാം കേട്ട അവൻ ഒന്നും കേൾക്കാത്തപോലെ മുറി വിട്ടു പുറത്തിറങ്ങി.

*****

21. ഹൃദയം പറഞ്ഞത്

മഴ അവനിയെ നിർത്താതെ ഉമ്മ വെച്ചിരുന്ന ആ രാത്രിയിലെ യാത്ര ഒഴിവാക്കാൻ പറ്റാത്തതായിരുന്നു. ആരെയൊക്കെയോ ശപിച്ചു കൊണ്ട് വണ്ടി ഓടിക്കുന്നതിനിടയിൽ പെട്ടെന്നവന്റെ കണ്ണുകൾ റോഡിൽ ആക്സിഡന്റ് ആയി രക്തം വാർന്നു കിടക്കുന്ന യുവാവിലുടക്കി.ആദ്യം ഒന്ന് മടിച്ചെങ്കിലുമവൻ ഹൃദയം പറഞ്ഞത് കേൾക്കാൻ തീരുമാനിച്ചു. രക്തം വാർന്നു കിടക്കുന്ന ചെറുപ്പക്കാരന്റെ അടുത്ത് ചെന്ന് കഴുത്തിലെ സ്വർണ്ണം കെട്ടിയ രുദ്രാക്ഷമാലയും പോക്കറ്റിലെ പേഴ്സും പെട്ടെന്നെടുത്തു കൂടെയുണ്ടായിരുന്ന ഐ ഫോൺ 14 പ്രൊ മാക്സ് മൊബൈൽ എടുക്കാൻ തുനിഞ്ഞുവെങ്കിലും, ട്രാക്കിങ് ന്റെ നൂലാമാലകളിൽ കുടുങ്ങുമെന്ന് തോന്നിയത് കൊണ്ട് വേണ്ടെന്ന് വെച്ചു.അടുത്തൊന്നും സീ സീ ടീ .വി ക്യാമറകൾ ഇല്ലെന്നുറപ്പു വരുത്തി, തന്നെ ദയനീയമായിനോക്കിയ ആ ചെറുപ്പക്കാരനെ അവഗണിച്ച്, വണ്ടിയിൽ കയറി വേഗത്തിൽ ഓടിച്ചു പോയി,

കലികാലത്തിന്റെ കുടിലത നിറഞ്ഞ ഹൃദയം പറഞ്ഞത് കേട്ടചാരിതാർഥ്യത്തോടെ...!!!

*****

22. കാദംബരി

കമ്പ്യൂട്ടർ സ്ക്രീൻ തന്നെ നോക്കി പല്ലിളിക്കുന്നപോലെ തോന്നി കാദംബരിയ്ക്ക്. കണ്ണുകൾ പിൻവലിച്ചവൾ ചുമരിലേക്ക് നോക്കി. അവിടെ പറ്റിച്ചേർന്നിരിക്കുന്ന സമയം കാണിക്കുന്ന വില്ലനപ്പോൾ 'സമയം രാത്രി ഒരു മണിയായല്ലോ കുഞ്ഞെ, ഇത്തിരി നേരമെങ്കിലും ഉറങ്ങിക്കൂടെ ' എന്ന് ചോദിക്കുന്നപോലെയുള്ള ഒരു നോട്ടം.

അവൾ മെല്ലെ എണീറ്റു പുറത്തേക്കു നടന്നു. ഹാളിൽ മേശപ്പുറത്ത് കിടന്നിരുന്ന കർണ്ണാടകയിലെ ബിജാപൂരിലെ ഗോൽഗുംബാസിന്റെ ചിത്രം അവളുടെ മിഴികളിൽ പതിഞ്ഞു.... സുൽത്താനായിരുന്ന മുഹമ്മദ് ആദിൽ ഷായുടെ ശവകുടീര മന്ദിരമാണ് ഗോൽഗുംബാസ്. ഡെക്കാൻ വാസ്തുവിദ്യയുടെ ഒരു വിജയനിർമ്മിതി. പക്ഷെ ഇന്ന് കാദംബരിയുടെ ജീവിതത്തിലെ ആദ്യതോൽവിയുടെ ദിവസമായിരുന്നു. ആ തോൽവി സമ്മാനിച്ച ഉറക്കമില്ലാത്ത രാത്രിയും അവൾക്ക് കൂട്ടായി ഇരുന്ന വീണയ്ക്ക് അറിയാൻ കഴിയുന്നുണ്ടായിരുന്നില്ല, ഇത്തവണ വിജയിയായതിന്റെ സന്തോഷമാണോ മനസ്സിൽ അതോ തന്നേക്കാൾ ഒരുപാട് കഴിവുണ്ടായിരുന്ന പ്രിയപ്പെട്ട കാത്തു

പിന്തള്ളപ്പെട്ടതിന്റെ ദുഃഖമാണോയെന്ന്... കാത്തു ടാർഗറ്റ് അചീവ് ചെയ്തിരുന്നെങ്കിൽ കമ്പനിയുടെ കാര്യം വേറെ ലെവൽ ആകുമായിരുന്നു.. പക്ഷെ എന്തോ ഇത്തവണ എല്ലാം കീഴ്മേൽ മറിഞ്ഞിരിക്കുന്നു.

'നീ പോയി കിടന്നോ, ഞാൻ ഓക്കെയാണ്... ജീവിതമല്ലേ.. ജയവും പരാജയവുമൊക്കെ ഉണ്ടാവും ന്റെ വീണക്കുട്ട്യേ, ഒരു മെമ്മോ ചീഫ് ന്റെ കയ്യിൽ നിന്നും കിട്ടും നാളെ,.അത് സാരല്ല്യ..ഇത്തിരിനേരം ഞാൻ ഒറ്റക്കിരിക്കട്ടെ..വരാൻ പോകുന്ന മെസ്സേജും കാത്ത്...നീ പൊക്കോ...'

കാദംബരി ഇത് പറഞ്ഞപ്പോൾ മനസ്സില്ലാമനസ്സോടെയെങ്കിലും വീണ തന്റെ മുറിയിലേക്ക് പോയി. രാത്രി മുഴുവൻ ഏത് മെസ്സേജിന് വേണ്ടിയാണോ കാദംബരി കാത്തിരുന്നത്, അത് രാവിലെ ഓഫീസിൽ പോകുന്നതിനു മുന്നേത്തന്നെ അവളെ തേടി വന്നു.. അത് വായിച്ചപ്പോൾ ഒരു നിറഞ്ഞ പുഞ്ചിരി അവളുടെ അധരങ്ങളിൽ വിരുന്നുവന്നു. തോറ്റിട്ടും ജയിച്ചവളുടെ പുഞ്ചിരി.

'പറഞ്ഞ പൈസ ട്രാൻസ്ഫർ ചെയ്തിട്ടുണ്ട്, കാദംബരി 'താങ്ക്സ് ഫോർ ദ വർക്ക്'..ഈ മാസം നിങ്ങളുടെ കമ്പനിയിലെ ഏറ്റവും 'ടാലെന്റെഡ് ' ആയ നിങ്ങൾ ടാർഗറ്റ് അചീവ് ചെയ്തിരുന്നെങ്കിൽ ഞങ്ങളുടെ കമ്പനിയ്ക്ക് വലിയ തിരിച്ചടി ആകുമായിരുന്നു..!!

23. ശീതസമരം

അന്നും നല്ല തിരക്കായിരുന്നു ബസ്സിൽ.ഒന്നനങ്ങാൻ പോലും പറ്റാത്ത വിധം നിൽക്കുമ്പോഴാണ് സിതാര ശ്രദ്ധിച്ചത്, തൊട്ടു മുന്നിൽ നിൽക്കുന്നത് തനിക്ക് കണ്ണെടുത്താൽ കണ്ടുകൂടാത്ത സഹപ്രവർത്തക. ഒരു ചിരി പോലും അവൾക്കൊത്തിരി നാളായി നൽകിയിട്ടില്ല. പക്ഷെ ഇന്ന് പിറകിലേക്കിത്തിരി നീങ്ങി നിന്ന് അവൾക്ക് നിൽക്കാൻ സ്ഥലം കൊടുത്തു.

ഒരു വലിയ ശീതസമരത്തിന് അവസാനമായി എന്നവൾ കരുതി വലിയൊരു പുഞ്ചിരി സമ്മാനമായി തന്നത് മേടിച്ചാണ് സിതാര അന്ന് സ്റ്റോപ്പിൽ ഇറങ്ങിയത്, ഇഷ്ടമല്ലാത്തവൾക്ക് സ്ഥലം നൽകി ചേർത്ത് നിർത്തി, ആരും കാണാതെ അവൾക്കേറെയിഷ്ടപ്പെട്ട ബാഗിൽ ബ്ലേഡ് കൊണ്ട് ഒരു ചെറിയ വര വരച്ചു .....

ചെറുതായൊന്നു കീറിയ ചാരിതാർഥ്യത്തോടെ ....

*****

24. യോഗ്യത

ഈ ജോലിയെങ്കിലും കിട്ടിയില്ലെങ്കിൽ ഇനി വയ്യ ...... എത്ര ഇന്റർവ്യൂ ആയി ഇപ്പൊ ? ഇത്രേം യോഗ്യത ഉണ്ടായിട്ടും ഒരു ജോലി പോലും ശരിയാവാത്ത ഈ അവസ്ഥ ശരിക്കും തളർത്തുന്നതാണ്.

എന്നവന് തോന്നിത്തുടങ്ങിയിരുന്നു. മനസ്സൊന്നു തണുപ്പിക്കാൻ ഇന്റർവ്യൂവിന് അടുത്ത് വന്നിരുന്ന യുവാവിനോട് അവൻ ചോദിച്ചു,

'എന്താ ക്വാളിഫിക്കേഷൻ?!'

'ഇവിടത്തെ മാനേജർ എന്റെ അച്ഛന്റെ അടുത്ത സുഹൃത്താണ്..!'

ചെറിയൊരു ചിരിയെക്കൂട്ടുപിടിച്ച് അയാൾ പറഞ്ഞ മറുപടി കേട്ടപ്പോൾ, ചിരിക്കണോ കരയണോ എന്നറിയാതെയിരുന്നു അവൻ!

*****

25. മടിച്ചി

അമ്മേ, ഇത്തിരി വെള്ളം കുടിക്കാൻ തന്നേ! അവളുറക്കെ പറയുന്നത് കേട്ടപ്പോൾ, അടുത്തവീട്ടിൽ പുതിയതായി താമസത്തിനു വന്ന ചേച്ചിയ്ക്ക് അത്ഭുതം തോന്നി.

'അമ്മേ, ആ മേശപ്പുറത്തിരിക്കുന്ന പുസ്തകമൊന്നു തന്നെ..!'

വീണ്ടും വീണ്ടും അവൾ അമ്മയെക്കൊണ്ട് പണിയെടുപ്പിക്കുന്നത് കണ്ടപ്പോൾ, കസേരയിൽ ചാരിയിരിക്കുന്ന അവളെപ്പോയി ഒരു അടി കൊടുക്കാൻ തന്നി ചേച്ചിയ്ക്ക്..

'ഇത്രയും വലിയ പെണ്ണായിട്ട് ഒരു ഗ്ലാസ് വെള്ളം എടുത്തു കുടിക്കാൻ വയ്യ.. മടിച്ചി!'

മനസ്സിലങ്ങനെ പറഞ്ഞ ചേച്ചിയറിഞ്ഞില്ല,അവൾ അരയ്ക്ക് താഴോട്ട് തളർന്ന്, ചലനശക്തി നഷ്ടപ്പെട്ടിരിക്കുകയാണ് ന്ന്..!!

*****

26. ധൃതി

'എന്താ നിമിഷടീച്ചറെ ഇത് കുട്ടികളുടെ ടിഫിൻ ബോക്സിൽ നിന്നൊക്കെ ടീച്ചർ എടുത്തു കഴിക്കുന്നു എന്ന പരാതി ? ആദ്യമായിട്ടാണ് ഇവിടെ ഇങ്ങനെയൊക്കെ...!'

മാഷിന്റെ ശബ്ദത്തിൽ അമർഷം നുരഞ്ഞുപൊങ്ങി. നിറഞ്ഞ കണ്ണുകളോടെ നിന്ന നിമിഷ ടീച്ചർ എന്തോ പറയാൻ തുടങ്ങിയപ്പോഴേക്കും, പൂച്ചക്കണ്ണുള്ള ഒരു കുട്ടി ഓടി വന്നു... കിതച്ചു കൊണ്ടു പറഞ്ഞു..

'മാഷേ.. അത് സാറയുടെ ടിഫിൻ ബോക്സല്ല.. നിമിഷ ടീച്ചറിന്റെ ന്നെയാ... രണ്ടും ഒരേപോലെ ഉള്ളോണ്ട് സാറയ്ക്ക് അങ്ങനെ തോന്നിയതാ...!! ടീച്ചർ ഞങ്ങൾക്ക് കൂട്ടായി ക്ലാസ്സിലിരുന്ന് ടിഫിൻ കഴിച്ചതാ മാഷേ.. അല്ലാതെ സാറയുടെ ടിഫിൻ എടുത്തതല്ല..!!

കണ്ടത് കാണിച്ച സിസിടിവിയും.. സത്യമന്വേഷിക്കാതെ ധൃതിപിടിച്ച് ഓരോന്ന് പറഞ്ഞ താനും നിമിഷ ടീച്ചറിന്റേം കുട്ട്യോൾടേം മുന്നിൽ കുഞ്ഞുറുമ്പുപോലെയായിയെന്ന് തോന്നി മാഷ്ക്ക്!!

*****

27. സന്തോഷംകൊല്ലി

എനിക്ക് സന്തോഷം കൊണ്ടിരിക്കാൻ വയ്യ ട്ടൊ... നിന്നെയോർത്ത് ഒത്തിരി അഭിമാനവും തോന്നുന്നു... ആദ്യായിട്ടല്ലേ നമുക്കിടയിലൊരാൾക്ക് ദേശീയതലത്തിൽ ഇത്രയും വലിയൊരു അംഗീകാരം..!'

സുഷമ പറഞ്ഞു തീരും മുൻപേ, അവൻ തിരുത്തി..

'ദേശീയതലത്തിൽ അല്ല സുക്ഷമചേച്ചി.. ഇത് സംസ്ഥാന അവാർഡ് ആണ്!'

'അതു ശരി.. സംസ്ഥാന തലത്തിലാണോ.. ഞാൻ കരുതി ദേശീയ അവാർഡ് ആണ് ന്ന്.. ഹ.. എന്തായാലും സാരല്ല്യ, അവാർഡ് കിട്ടി ല്ലോ..!'

സുഷമയുടെ വാക്കുകൾ അവന്റെ മനസ്സിലെ വലിയ സന്തോഷത്തിനു ചെറിയൊരു മങ്ങലേൽപ്പിച്ചോ?? വലിയൊരു സന്തോഷത്തിന് അറിഞ്ഞുകൊണ്ടിത്തിരി കോട്ടം വരുത്തിയപ്പോൾ സുഷമയുടെ ഈർഷ്യ നിറഞ്ഞ കലികാല മനസ്സിൽ ഒത്തിരി സമാധാനമായി.....

*****

28. തേപ്പ്!!

"എന്താ നിനക്ക് പറ്റ്യേ ? ഇന്നലെ മുതൽ മുതൽ ഞാൻ ശ്രദ്ധിക്കുന്നുണ്ട്. എന്തോ ഒരു പ്രശ്ന മുള്ളപോലെ..!"

പതിവില്ലാതെ അച്ഛൻ മുറിയിലേക്ക് വന്നപ്പോൾ അവൻ പെട്ടെന്നെഴുന്നേറ്റു നിന്നു. പിറകെ വന്ന അമ്മ എന്തോ പറയാൻ തുടങ്ങിയപ്പോഴേക്കും, അനിയത്തി അടുക്കളയിൽ നിന്നും വിളിച്ചു പറഞ്ഞു..

"അതൊന്നൂല്യ അച്ഛാ. ഏട്ടന് ഒരു ചെറിയ തേപ്പ് കിട്ടി അതാ!"

അച്ഛൻ ഒന്നും പറയാതെ മുറിയിൽ നിന്നുമിറങ്ങി ഉമ്മറത്തേക്ക് പോയി.

"ഞാൻ നിന്നോട് പറഞ്ഞിട്ടില്ലേ, കുട്ടികളുടെ കാര്യ ത്തിൽ ഒരു കുറവും വരാതെ നോക്കണമെന്ന്, ഒരു ചെറിയ തേപ്പാണ് അവന്റെ വിഷമത്തിന് കാരണമെ ങ്കിൽ അതിന്ന് തന്നെ മാറ്റ്.. നീ അവനിത്തിരി വലി യൊരു തേപ്പ്പെട്ടി വാങ്ങികൊടുക്ക്.. പൈസ എത്ര യാണ് എന്ന് വെച്ചാൽ പറഞ്ഞോ, ഞാൻ തരാം" 'ന്യൂജെൻ കൾചർ' അന്യമായ പാവമച്ഛൻ അമ്മയോട് പറയുന്നത് കേട്ട് അവനും അനിയത്തിയും മുഖത്തോ ട് മുഖം നോക്കി നിന്നു!!

*****

29. രുദ്രജ

മാനത്തുനിന്നും പെയ്തിറങ്ങുന്ന മഴത്തുള്ളികൾക്ക് അന്നൊരു വശ്യമായ ഭംഗിയുണ്ടായിരുന്നു. ആരെയും കൊതിപ്പിക്കുന്ന ഒരു പ്രത്യേക ചന്തം. പക്ഷെ രുദ്രജയുടെ അഴകിന്റെ മുന്നിൽ മഴത്തുള്ളികളുടെ ഭംഗിയുടെ മാറ്റ് കുറഞ്ഞു തന്നെയിരുന്നു.ലോകത്തിലെ ഏറ്റവും വലിയ നദീജന ദ്വീപായ മജുലിക്കരികിൽ താമസിച്ചിരുന്ന രുദ്രജയും മജുലിയെപ്പോലെ ഒരുപാടു പ്രത്യേകതകൾ ഉള്ളവളായിരുന്നു.ദക്ഷിണേന്ത്യയിലെ ഏറ്റവും വലിയ ശുദ്ധജല ദ്വീപായ മജുലിയെപ്പോലെ ശുദ്ധമായ മനസ്സായിരുന്നു രുദ്രജയുടേതും.മജുലിയെന്ന ദ്വീപും, രുദ്രജയെന്ന സുന്ദരിക്കുട്ടിയും ബ്രഹ്മപുത്ര നദിയുടെ മക്കൾ തന്നെയാണെന്ന് പറയാം, അത്രയ്ക്കും അടുപ്പമായിരുന്നു രുദ്രജയ്ക്ക് ആസ്സാമിലൂടെ ഒഴുകുന്ന ബ്രഹ്മപുത്രനദിയോട്.

രുദ്രജയേക്കാൾ സൗന്ദര്യം കുറഞ്ഞുപോയെന്ന അപകർഷതാബോധം കാരണമോ അതോ , ബ്രഹ്മപുത്രയെ ഉമ്മവെക്കാനുള്ള ഒത്തിരിയുള്ള കൊതിയോ .. എന്താണെന്നറിയില്ല മഴത്തുള്ളികൾ ഒരുപാട് ശക്തിയോടെ താഴേക്ക് പതിച്ചുകൊണ്ടിരുന്നു.

രുദ്രജയുടെ മനസ്സിലും ഒരു പേമാരിപെയ്തിറങ്ങുന്നുണ്ടായിരുന്നു.നഷ്ടപ്പെടാൻ ഒന്നുമില്ലാത്തവളുടെ മനസ്സിലും അമിതചിന്തയോ എന്നോർത്ത് അതുവഴിവന്ന കാറ്റു പോലും ഒരു നിമിഷം നിന്നുപോയി.രുദ്രജയുടെ മനസ്സിലെ കലുഷിതമായ അവസ്ഥക്ക് കാരണം അവനായിരുന്നു. അവളുടെ ഉറക്കമില്ലാതാക്കുന്ന.. എന്നും രാത്രി ആരും കാണാതെ അവളോട് മിണ്ടാൻ വരുന്ന ആ കറുത്ത കുറിയ മനുഷ്യൻ. അവൾക്കവനെ ഇഷ്ടമേ അല്ലായിരുന്നു, ഒരുപാടു എതിർത്തിട്ടും അവനെന്നും അവളെ കാണാൻ വരുമായിരുന്നു. അവൾക്കിഷ്ടമില്ലാത്തവിധം അവളോടൊപ്പം അവൻ സമയം ചിലവഴിക്കുമ്പോൾ അവൾക്കവളോട് തന്നെ വെറുപ്പ് തോന്നാറുണ്ട്... ഇന്നീ മഴയുള്ള രാത്രിയിലും അവൻ അടുത്ത് വന്നിരിക്കുമ്പോൾ അവൾക്ക് ഓക്കാനം വരുന്നപോലെ തോന്നി. അവിടെ നിന്നോടിപ്പോകാൻ തോന്നിയവൾക്ക്.. അപ്പോഴാണ് രോഹൻ വന്നത്.

"രോഹൻ...ഇയാളോട് പോകാൻ പറ..."

അവൾ ഉറക്കെ നിലവിളിച്ചു കൊണ്ട് ഓടിപ്പോയി രോഹനെ കെട്ടിപ്പിടിച്ചു.

രോഹൻ ഒന്നും മിണ്ടാതെ നിന്നു. അതുകണ്ടപ്പോൾ രുദ്രജയ്ക്ക് ഹൃദയം തകരുന്നപോലെ തോന്നി. അവൾ രോഹനെ വിട്ട് വീണ്ടും വികൃതമായ മുഖവും സ്വഭാവവുമുള്ള അയാളുടെ അടുത്ത് പോയി ഇരുന്നു.

ഹൃദയഭിത്തികളിൽ നിന്നുയർന്നു വന്ന തേങ്ങൽ അടക്കിപ്പിടിച്ചുകൊണ്ട് രോഹൻ അവിടെനിന്നും തിരിച്ചു നടന്നു.പോക്കറ്റിലിരുന്ന് ശബ്ദിച്ച ദൂരഭാഷിണിയിലെ സന്ദേശം അവന്റെ വിങ്ങുന്ന മനസ്സിലൊരു കുഞ്ഞു മഞ്ഞുതുള്ളിയായി വന്നുമ്മ വെച്ചു..

പ്രിയപ്പെട്ട കൂട്ടുകാരൻ മത്തായി അയച്ച ആ സന്ദേശം ഇങ്ങനെയായിരുന്നു...

"നാളെ പത്തുമണിയ്ക്ക് രുദ്രജയ്ക്ക് ഡോക്ടർ സാമുവലിന്റെ, ആസ്സാമിലെതന്നെ ഏറ്റവും പ്രശസ്തനായ മനശാസ്ത്രജ്ഞന്റെ അപ്പോയ്ന്റ്മെന്റ് കിട്ടിയിട്ടുണ്ട്. അച്ഛന്റെ മരണശേഷം അവളനുഭവിക്കുന്ന ഈ ഭ്രമാത്മകത അഥവാ ഹാലുസിനേഷൻ.. എന്നുമവളെ ഉപദ്രവിക്കാൻ വരുന്ന അവളുടെ മാത്രം ഭാവനയിലുള്ള ആ ഭീകരനായ മനുഷ്യൻ അതെല്ലാം ഉടനെതന്നെ ഇല്ലാതാക്കാം ട്ടോ... വിഷമിക്കേണ്ട...!"

*****

30. അവൾ ഇല്ലാതായ രാത്രി

കമ്പ്യൂട്ടർ സ്ക്രീൻ തന്നെ നോക്കി പല്ലിളിക്കുന്നപോലെ തോന്നി ഹേമന്തിന്. കണ്ണുകൾ പിൻവലിച്ചവൻ ചുമരിലേക്ക് നോക്കി. അവിടെ പറ്റിച്ചേർന്നിരിക്കുന്ന സമയം കാണിക്കുന്ന വില്ലൻ അവനപ്പോൾ നോക്കിയത് സഹതാപത്തോടെയാണെന്ന് തോന്നിയവന്.

"സമയം രാത്രി ഒരു മണിയായല്ലോ കുഞ്ഞേ, ഇത്തിരി നേരമെങ്കിലും ഉറങ്ങിക്കൂടെ " എന്ന് ചോദിക്കുന്നപോലെയുള്ള ഒരു നോട്ടം... അവൻ മെല്ലെ എണീറ്റു പുറത്തേക്കു നടന്നു. ഹാളിലെ മേശപ്പുറത്ത് കിടന്നിരുന്ന കർണ്ണാടകയിലെ ബിജാപൂരിലെ ഗോൽഗുംബാസിന്റെ ചിത്രം അവളുടെ മിഴികളിൽ പതിഞ്ഞു.

സുൽത്താനായിരുന്ന മുഹമ്മദ് ആദിൽ ഷായുടെ ശവകുടീരമന്ദിരമാണ് ഗോൽഗുംബാസ്. ഡെക്കാൻ വാസ്തുവിദ്യയുടെ ഒരു വിജയനിർമ്മിതി. വിജയമെന്നും ഹേമന്തിന്റെ കൂടപ്പിറപ്പായിരുന്നു.പക്ഷെ അവളുടെ മുന്നിൽ മാത്രം എന്നും തോറ്റുപോയി. പതിനെട്ടാമത്തെ വയസ്സിൽ ഇഷ്ടപ്പെട്ടുതുടങ്ങിയതാണവളെ. അന്നുമുതൽ കൂടെകൂട്ടിയതാണ്. അവളുടെ ദുസ്വാഭാവം അറിഞ്ഞതുമുതൽ ഒഴിവാക്കാൻ ഒരുപാടു തവണ ശ്രമിച്ചതുമാണ്.

ഒരിക്കലും നടന്നില്ല.ഇന്നവൾ കാരണം മൂന്നുവയസ്സുകാരനായ മോൻ ആശുപത്രിയിലായപ്പോൾ ഉറപ്പിച്ചതാണ്, ഇന്നവളെ ഒഴിവാക്കിയേ പറ്റൂ എന്ന്.

ലോകം മുഴുവൻ ഉറങ്ങുന്ന ആ നിശയിൽ അവനവളെ ഒത്തിരി വെറുപ്പോടെ കൈകൾക്കിടയിൽ വെച്ചു ഞെരിച്ചു, ഒരു ദയയുമില്ലാതെ മുറ്റത്തിട്ട് കത്തിച്ചു.പൂർണ്ണമായും ചാരമായിക്കഴിഞ്ഞ അവളെന്നെ സിഗററ്റ് പാക്കറ്റിനെ ഒന്ന് തിരിഞ്ഞുപോലും നോക്കാതെ അവൻ വീടിനുള്ളിലേക്ക് കയറിപ്പോയി.

ഒരു പുനർജന്മത്തിലേക്കെന്നപോലെ....

*****

31. ഹൃദയം തുന്നുന്നവൾ

ഇരുട്ടിന്റെ ചീളുകൾ രാത്രിയുടെ കറുപ്പ് കൂട്ടിക്കൊണ്ടിരുന്നു. ഇരുണ്ട ആകാശത്തിനു താഴെ മുംബൈയിലെ ഗോരായ് കടപ്പുറത്തൊരു വ്യാപാരം നടക്കുകയായിരുന്നു. പറഞ്ഞ വില കിട്ടാതെ ഈ കച്ചവടം നടക്കില്ലയെന്നുറപ്പിച്ചു നിന്ന വ്യാപാരിയോട് തർക്കിക്കാൻ ഇനി വയ്യ എന്ന് തോന്നിയവൾ അയാൾ പറഞ്ഞ പൈസ കൊടുത്തു.സന്തോഷത്തോടെ അയാൾ യാത്രപറഞ്ഞു പോകുന്നതവൾ ഇത്തിരി നേരം നോക്കി നിന്നു. പിന്നെ മെല്ലെ താൻ പൈസ കൊടുത്ത് വാങ്ങിയ സുന്ദരിക്കുട്ടിയുടെ കൈപിടിച്ചു വീട്ടിലേക്കു നടന്നു.തട്ടിക്കൊണ്ടു വന്നു കാശിനു വേണ്ടി വിൽക്കപ്പെടുന്ന കുഞ്ഞുമക്കളെ പറഞ്ഞ കാശ് കൊടുത്തു വാങ്ങി, ഒരു കഴുകനും കൊത്തിവലിക്കാൻ കൊടുക്കാതെ കാത്തു സൂക്ഷിക്കുന്ന അവളെ അടുത്തറിയാത്ത അറിയാത്ത നാട്ടുകാർ വിളിക്കുന്നത് ചീത്ത സ്ത്രീ എന്നെങ്കിലും.എല്ലുമുറിയെ പണിയെടുത്തു കുട്ടികളെ പൊന്നുപോലെ നോക്കുന്ന അവളെ ആ കുട്ടികൾ വിളിക്കുന്നത്...

"ഹൃദയം തുന്നുന്നവൾ" എന്നായിരുന്നു.

*****

32. വൈഫൈയോടിഷ്ടം

ഇന്ന് വീട്ടിലെല്ലാവരുമൊരുമിച്ച് ഇത്തിരി നേരം ഇരിക്കണം എന്ന ആഗ്രഹത്തോടെയാണ് രാമ കൃഷ്ണൻ ഓഫീസിൽ നിന്നിറങ്ങിയത്. പക്ഷെ, ആ ആഗ്രഹം എന്നത്തേയും പോലെ നടക്കാത്ത സ്വപ്ന ങ്ങളിൽ ഒന്നാവും എന്ന സത്യം അയാളെ കളിയാക്കി ചിരിക്കുന്നുണ്ടായിരുന്നു. വീട്ടിലുള്ളവർ മൊബൈലി ന്റെ ലോകത്തെ അന്തേവാസികളായതിൽ പിന്നെ ഇ താണാവസ്ഥ. എന്നാൽ അന്ന് രാത്രി പതിവിന് വിപരീ തമായി എല്ലാവരും അയാളുടെ അടുത്ത് വന്നു, ഇ ത്തിരി നേരം കൂടെയിരിക്കാൻ അയാൾ പറഞ്ഞപ്പോ ൾ അനുസരിച്ചു. താൻ മാറ്റിയ വൈഫൈയുടെ "പാസ്സ്‌വേർഡ്" നൽകിയ സന്തോഷത്തിൽ അന്നാദ്യ മായി രാമകൃഷ്ണന്...

വൈഫൈയോടൊരിഷ്ടം തോന്നി.

*****

33. എനിക്കും ഇഷ്ടമാണ്

മേശപ്പുറത്തിരിക്കുന്ന മധുര പലഹാരങ്ങൾ മത്സരിച്ചു കഴിക്കുമ്പോൾ ആരും അവളോട് ചോദിച്ചില്ല, നിനക്ക് വേണോ എന്ന്. എല്ലാവരും ഇഷ്ടത്തിന് കഴിച്ചോട്ടെ എന്ന് കരുതി

"ഏയ്, എനിക്കിതത്ര ഇഷ്ടമല്ല "

എന്ന് എപ്പോഴും പറയുന്ന അവൾ അന്നാദ്യമായി പറഞ്ഞു..

"എനിക്കും ഇഷ്ടമാണ്, എന്റെ പങ്ക് മാറ്റി വെച്ചേക്കൂ.."

ജീവിച്ചു തുടങ്ങിയവൾ, അന്ന് മുതൽ അവൾക്കായി

*****

34. ദ്രുഗി!!

ഗൂഗിൾ ടെൽ മീ, വാട്ട് ഈസ് കേസിയ ഫിസ്റ്റുല?"

ദ്രുഗി ഗൂഗിളിനോട് ചോദിക്കുന്നത് കേട്ടപ്പോൾ അവൾക്കു വിളിച്ചു പറയാൻ തോന്നി..

"ഞാനിവിടെ ഉള്ളപ്പോൾ എന്തിനാ ഗൂഗിളിനോട് ചോദിക്കുന്നത്... ഞാൻ പറഞ്ഞു തരാം എല്ലാം... നമ്മുടെ സ്വന്തം കണിക്കൊന്നയുടെ ശാസ്ത്രനാമമാണ് കേസിയ ഫിസ്റ്റുല.. ഫേബേസി കുടുംബത്തിൽപ്പെട്ട കൊന്നമരം "ഗോൾഡൻ ഷവർ ട്രീ " എന്നും അറിയപ്പെടുന്നു.. മീനമാസത്തിലെ കൊടും ചൂടിനെ അതിജീവിക്കാൻ, ഇലകളിലൂടെയുള്ള ജലനഷ്ടം തടയാൻ രാസമാറ്റങ്ങൾ ഉണ്ടാകുന്ന കാരണം.. പൂക്കളെ തന്നിൽ നിറച്ച് ഇലകളെ പൊഴിച്ചു നിൽക്കുന്ന കൊന്നമരത്തെക്കുറിച്ച് ഇനിയും ഒരുപാടു കാര്യങ്ങൾ പറഞ്ഞു തരാം... വാ.. എന്റടുത്തു വാ...!!!

പക്ഷെ എന്നത്തേയും പോലെ അവളുടെ ശബ്ദം പുറത്തു വന്നില്ല..

"അമ്മേ... പ്രോജെക്ടിൽ വരയ്ക്കാൻ പറഞ്ഞ കേസിയ ഫിസ്റ്റുല.. കൊന്നമരമാണ്..!"

ദ്രുഗി പറഞ്ഞതിന് മറുപടിയായി അമ്മ പറഞ്ഞത് മറ്റൊന്നാണ്..

"ദ്രുഗി... നിന്റെ ക്ലാസ്സും വായനയും ഒക്കെ ഇപ്പൊ

ഇന്റർനെറ്റിൽ അല്ലെ... ഞാൻ ഈ പുസ്തകങ്ങൾ ഒക്കെ ഇന്ന് തൂക്കി വിൽക്കാൻ പോവാണ് ട്ടോ.. വെറുതെ പൊടി പിടിച്ച് കിടക്കാ.. സ്ഥലം മുടക്കി കൊണ്ട്....!"

അമ്മയുടെ വാക്കുകൾ വിങ്ങുന്ന അവളുടെ ഹൃത്തടത്തിൽ ഒരു കനൽക്കാറ്റായി വീശി. അവളെന്ന പാവം പുസ്തകത്തിന്റെ നിശബ്ദമായ തേങ്ങൽ ആരും കേട്ടില്ല....!!!

*****

36. ദ്വിജ

നിശയ്ക്ക് നിണത്തിന്റെ മണമെന്ന് തോന്നി ദ്വിജയ്ക്ക്. എങ്ങും പരന്നിരിക്കുന്ന ഇരുട്ടിൽ ദംഷ്ട്രകൾ കാട്ടി ചിരിക്കുന്ന രൂപങ്ങളുള്ളത് പോലെ അന്നത്തെ ദിവസത്തെ ഓർമ്മപ്പെട്ടിയിൽ നിന്നും മായ്ച്ചുകളയാൻ ശ്രമിച്ചുകൊണ്ടവൾ ഉറങ്ങാൻ കിടന്നു. പക്ഷെ, നിദ്രാദേവി അവളെ പുണർന്നതേ ഇല്ല. തലയോട് പിളർന്നു ചോരയിൽ കുതിർന്നു കിടക്കുന്ന യാദവിന്റെ രൂപം അവളുടെ മുന്നിൽ മിന്നിമറിഞ്ഞുകൊണ്ടേയിരുന്നു. തന്നെ വെറുതെ വിടാൻ കേണപേക്ഷിച്ചിട്ടും അവൻ അനുസരിച്ചില്ല, തന്റെ പൈസ തിരിച്ചുതരാൻ അവനോടു കരഞ്ഞു പറഞ്ഞതാണ്. തളർന്നു കിടന്നിരുന്ന തന്നെ ഉപേക്ഷിച്ചു, പൈസയുമായി നടന്നു നീങ്ങിയ ആ നാരാധമനെ കയ്യിൽ കിട്ടിയ ഇരുമ്പിന്റെ കമ്പി വെച്ചടിച്ചതും മാത്രമേ ഓർമ്മയുള്ളൂ.. രക്തത്തിൽ കുതിർന്നവൻ കിടക്കുന്നത് ഒന്നേ നോക്കിയുള്ളൂ, പിന്നെ പൈസയുമെടുത്ത് അവിടെ നിന്നിറങ്ങി ഓടുകയായിരുന്നു.ഗാന്ധിജിയുടെ നാടായ ഗുജറാത്തിലെ പ്രസിദ്ധമായ പടിക്കിണറായ അദാലജിന്റെ വാവിലെ തൂപ്പുകാരിയായി കഷ്ടപ്പെട്ടുണ്ടാക്കിയ കാശാണ്, അനിയനെ പഠിപ്പിക്കാൻ സ്വരുക്കൂട്ടിവെച്ചതാണ് അവൻ പിടിച്ചെടുക്കാൻ ശ്രമിച്ചത്.

പെട്ടെന്നാരോ മുറിയിലേക്ക് വന്നു, ആരാണതെന്ന വൾക്ക് മനസിലാകുന്നതിന് മുൻപേ ആ സ്ത്രീ അവ ളുടെ മടിയിൽ ഇരുന്നു.ദ്വിജ പെട്ടെന്ന് ചാടിയെണീറ്റു. ഒരു ഭാവവ്യത്യാസവുമില്ലാതെ കട്ടിലിൽ തന്നെയിരു ന്നു പൈസ എണ്ണുന്ന ആ സ്ത്രീയെ അവൾ അമ്പര പ്പോടെ നോക്കി നിൽക്കുമ്പോൾ അവർ ഫോണിൽ ആരോടോ പറയുന്നത് കേട്ടു..

"ദ്വിജയെ അവൻ പൈസക്ക് വേണ്ടി കൊന്നു, അവളുടെ പ്രേതം അവനെയും തലക്കടിച്ചു കൊന്നു.. ഇനിയിപ്പോ ഈ പൈസ നമ്മൾ എടുത്താൽ അവൾ വീണ്ടും വരും, നമ്മളെയും കൊല്ലും..അതുകൊണ്ട് ഇതവളുടെ വീട്ടിലേക്ക് അയച്ചു കൊടുക്കാം...!"

*****

37. ആഷി

നിദ്രാദേവി മെല്ലെയൊന്നു മാറിനിന്നപ്പോൾ അവൻ കണ്ണുകൾ ചിമ്മി തുറന്നു പുറത്തേക്ക് നോക്കി..

ജനലിന് പുറത്തുള്ള കാഴ്ചകളെല്ലാം അവ്യക്തം. മൂടൽമഞ്ഞ് ഒരു കള്ളച്ചിരിയുമായി നിറഞ്ഞു നിൽക്കുന്നു. ഇത്തിരി നേരം കൂടെ വെറുതെ കണ്ണടച്ചു കിടക്കാൻ അവനു കൊതി തോന്നി. പക്ഷെ ആ കൊതിയെ നോക്കി ഒന്ന് കണ്ണുരുട്ടി അവന്റെ ബുദ്ധി.

"ആഷിടെ കാര്യങ്ങൾ എല്ലാം തീർത്തിട്ട് വേണം പോകാൻ, ഇന്നവൾക്ക് നൂഡിൽസ് ഉണ്ടാക്കികൊടുക്കാമെന്ന് വാക്ക് കൊടുത്തതാണ്."

പെട്ടെന്നെണീറ്റവൻ എല്ലാ പണികളും തീർത്തു. ജോലിക്കു പോകുന്നതിനു മുൻപേ ആഷിയുടെ എല്ലാ കാര്യങ്ങളും ചെയ്തു തീർക്കുക എന്നത് പതിവാണ്. അവളുടെ അമ്മ ഉണ്ടായിരുന്നപ്പോഴും അവൻ എല്ലാം ചെയ്തു കൊടുക്കുന്നതായിരുന്നു അവൾക്കിഷ്ടം. പക്ഷെ, അമ്മ പോയതിൽ പിന്നെ ഒരു നോവെന്നും അവളിൽ വിങ്ങി നിന്നിരുന്നുവെന്നതും സത്യം. അവളുടെ കുസൃതികളും കുട്ടിക്കുറുമ്പുകളും കാണുമ്പോൾ എല്ലാ ടെൻഷനും മാറും.

കാളിങ് ബെൽ ഒന്ന് മെല്ലെ ശബ്ദിച്ചപ്പോളാണ്

അവൻ ചിന്തകളുടെ ചിലന്തിവല മെല്ലെ മാറ്റി പുറത്തു വന്നത്.

"ഞാൻ പറഞ്ഞിട്ടില്ലേ, മോൻ ഒന്നും ചെയ്യണ്ട. ഞാൻ ചെയ്തോളാം ന്ന്. പക്ഷെ മോൻ കേക്കൂല്ലല്ലോ, എല്ലാം ചെയ്തു വെച്ചിട്ടല്ലേ ജോലിക്ക് പോകൂ..."

ആഷിക്ക് കൂട്ടിരിക്കാൻ വരുന്ന റബീനത്ത വിഷാദം നിറഞ്ഞ ഒരു ചെറിയ ചിരിയെ കൂട്ട് പിടിച്ചാണ് അത് പറഞ്ഞത്.

"ഇത്ത എന്റെ ആഷിക്കുട്ടിയെ നോക്കിയാൽ മാത്രം മതി ട്ടോ "

അതും പറഞ്ഞു ആഷിക്കൊരു ഉമ്മ കൊടുത്തു യാത്ര പറഞ്ഞിറങ്ങുമ്പോൾ അവന്റെ മനസ്സിൽ ആക്സിഡന്റിൽ ശരീരം തളർന്നിട്ടും, ജീവിതം വീൽചെയറിലേക്ക് പറിച്ചു നടപ്പെട്ടിട്ടും മനസ്സ് തളരാതെ അവനെ പ്രണയിക്കുന്ന ആഷിക്കുട്ടിയുടെ ഇഷ്ടം വിരിയിച്ച പൂക്കൾക്ക് ഒരു പ്രത്യേക സുഗന്ധമായിരുന്നു....

*****

38. പറക്കാൻ മറന്നുപോയവൾ

അവളെന്നും ഒരുപാടു ഉയരത്തിൽ പറക്കുമായിരുന്നു. ദൂരെ ദൂരെ ഇഷ്ടമരചില്ലകളിൽ പോയിരുന്നു പാടുമായിരുന്നു.കൂട്ടുകാരൊത്ത് കളിച്ചും ചിരിച്ചും സമയം കളയുമായിരുന്നു.

ഒരുനാൾ അവളെ വേറെയൊരു നാട്ടിലേക്ക് ആഘോഷപൂർവം പറഞ്ഞയച്ചു. അന്നുമുതൽ അവൾ വാടികളെ മറന്നു. പാടാൻ മറന്നു. കൂട്ടുകാരൊപ്പം പോകാൻ മറന്നു...എത്തിപ്പെട്ട സ്ഥലത്തിന്റെ മനോഹാരിതയും, അടുക്കും ചിട്ടയും കാത്ത് സൂക്ഷിക്കുന്നിതിനിടയിൽ പറക്കാൻ പോലും മറന്നുപോയ അവളെ, സ്വയം സ്നേഹിക്കാൻ സമയം കണ്ടെത്താൻ പാടെ വിസ്മരിച്ച അവളെ ആരോ നല്ലൊരു കുടുംബിനി എന്ന് വിളിച്ചു!!

*****

39. മത്തുപിടിപ്പിക്കുന്ന പെണ്ണ്

ഇന്നവളെ കാണാൻ പോകുന്ന ദിവസമാണ്. മത്തു പിടിപ്പിക്കുന്ന പെണ്ണ് എന്ന് കൂട്ടുകാരെല്ലാം വിശേഷിപ്പിക്കുന്ന ഈ നഗരത്തിലെ 'കു' പ്രസിദ്ധയായ വേശ്യ.. കാശുണ്ടായിട്ടൊന്നുമല്ല, എന്നാലും വല്ലാതെ ആശിച്ചു പോയി, കൂട്ടുകാർ പറഞ്ഞത് വെച്ചു നോക്കിയാൽ ആദ്യമായിട്ട് കിടക്കേണ്ടത് ഇവളുടെ കൂടെതന്നെ.നാട്ടിൽ നിന്നും അമ്മ ഫീസ് അടക്കാൻ അയച്ചു തന്ന പൈസ എടുത്താണ് അടുത്തുള്ള സിറ്റിയിലേക്ക് ഈ യാത്ര.ചേച്ചി എവിടെയോ കിടന്ന് കഷ്ടപ്പെട്ടുണ്ടാക്കുന്നതാണ്, അച്ഛനില്ലാത്ത കുറവ് അറിയിക്കാതെ വളർത്തുന്നതാണ് ന്നൊക്കെ അമ്മ പറയുന്നത് കാതിൽ മുഴങ്ങുന്ന പോലെ.ഏയ്, വേണ്ട ഇപ്പോൾ തല്ക്കാലം അതൊന്നും ഓർക്കേണ്ട മത്തു പിടിപ്പിക്കുന്ന ആ സുന്ദരിയെക്കുറിച്ചും, ഈ രാവിൽ അവൾ തന്നെ കൊണ്ടുപോകാൻ പോകുന്ന സ്വർഗ്ഗീയ ആരാമത്തെക്കുറിച്ചും മാത്രം ഓർക്കാം. അവന്റെ ചിന്തകൾ ബ്രേക്ക് ഇട്ടപോലെ നിന്നത് കാശ് അടക്കേണ്ട സ്ഥലത്തു എത്തി എന്ന അറിവ് തലച്ചോറ് നൽകിയപ്പോഴാണ്. കാശടച്ച്, അവർ കാണിച്ചുകൊടുത്ത മുറിയിൽ കയറിയ അവന്റെ ഇന്ദ്രിയങ്ങൾ ചേച്ചിയുടെ മണവും , പിന്നെ കുട്ടാ നീ..എന്ന ശബ്ദവും പെട്ടെന്ന് മസ്തിഷ്കത്തിലെത്തിച്ചു...

*****

40. ഡെബോറ

നഭസ്സിലെ കുഞ്ഞു നക്ഷത്രങ്ങൾ ക്രിസ്തുമസ് തൊപ്പിയണിഞ്ഞപോലെ തോന്നി ഡെബോറയ്ക്ക്.താൻ ഒത്തിരി ഇഷ്ടത്തോടെ അലങ്കരിച്ച ക്രിസ്തുമസ് ട്രീയിലെ നക്ഷത്രങ്ങൾക്കും ഒരോ തൊപ്പി വെക്കണമായിരുന്നു എന്ന് തോന്നി അവൾക്ക്. പിന്നെ അക്ഷമയോടെ സാന്റയുടെ വരവിനായി കാത്തിരിപ്പ് തുടങ്ങി. സമയമെന്ന വികൃതിയ്ക്ക് ഒച്ചിനേക്കാൾ വേഗത കുറവാണെന്ന് മനസ്സിൽ പറഞ്ഞു കുഞ്ഞു ഡെബോറ. അക്ഷമയോടെ അമ്മയെ വിളിച്ചു അവൾ..

"അമ്മച്ചി.. എപ്പോഴാ സാന്റ വരുന്നേ?"

"ആഹാ.. ഡെബോറ എന്ന പേരുള്ള എന്റെ സുന്ദരി ഇങ്ങനെ അക്ഷമ കാണിച്ചാലോ. അമ്മച്ചി പറഞ്ഞിട്ടില്ലേ.. ഡെബോറ ഇസ്രായേലിലെ ശക്തയായ ന്യായാധിപതി ആയിരുന്നു.. അവരുടെ പേരുള്ള എന്റെ ഡെബുവും മിടുക്കികുട്ടിയാകണം..." അമ്മ ചിരിച്ചു കൊണ്ട് പറഞ്ഞു.

കുറച്ചു കഴിഞ്ഞപ്പോൾ ഡെബോറ ആ മണിക്കിലുക്കം കേട്ടു. അവൾ പെട്ടെന്ന് തന്നെ ചിരിക്കുന്ന മുഖത്തോടെ സാന്റയെ സ്വീകരിക്കാൻ തയ്യാറായി. കമ്പ്യൂട്ടർ സ്ക്രീനിൽ തെളിഞ്ഞു വന്ന സാന്റ, കുഞ്ഞു ഡെബോറയോട് ക്രിസ്തുമസ് ആശംസകൾ നേർന്ന്

കൈ വീശി കാണിച്ചു.. പിന്നെ മെല്ലെ ഓഫ്‌ലൈൻ ആയി. ഡെബോറ സ്ക്രീനിലെ ക്രിസ്തുമസ് ട്രീയിലെ നക്ഷത്രങ്ങൾക്ക് ഒരോ തൊപ്പി വരച്ചു ചേർത്ത്, കമ്പ്യൂട്ടർ ഓഫ് ചെയ്ത് നിദ്രയുടെ ലോകത്തേയ്ക്ക് പോകുമ്പോൾ, തന്റെ ഓൺലൈൻ ക്രിസ്തുമസ് ഗിഫ്റ്റ് എവിടെയെത്തി എന്നൊന്നു ട്രാക്ക് ചെയ്യാൻ മറന്നില്ല...!!

*****

41. ഗേയ!!

മഞ്ഞുതുള്ളികളുമ്മവെയ്ക്കുന്ന കുഞ്ഞു പൂവിന്റെ മിനുമിനുത്ത ദളങ്ങളേക്കാൾ അവന്റെയധരങ്ങൾ ചിത്രം വരച്ച അവളുടെ കവിൾത്തടത്തിനു കൂടുതൽ ചന്തമുള്ളത് പോലെ തോന്നിയവന്... കുതറിമാറാൻ ശ്രമിക്കുമ്പോഴും ഉള്ളിന്റെയുള്ളിൽ അവളാഗ്രഹിക്കുന്നത് അവനോടു കൂടുതൽ ചേർന്ന് നിൽക്കാനാണെന്നവൻ തിരിച്ചറിഞ്ഞു. രാവിന്റെ യാമങ്ങളിലവനിലലിഞ്ഞില്ലാതാകുമ്പോൾ അവൾക്കുതോന്നി ഈ ഭൂമിയിലെ ഏറ്റവും ഭാഗ്യമുള്ള പെണ്ണ് താനാണെന്ന്...

"ഇന്ത്യയിലെ അപകടം പിടിച്ച റോഡുകളുടെ പട്ടികയിൽ ഇടം നേടിയിട്ടുള്ള നാത്തൂലാ ചുരത്തിലൂടെയാണ് നമ്മളിപ്പോൾ പോകുന്നത് ഒന്നാലോചിച്ചേ, സമുദ്രനിരപ്പിൽ നിന്നും നാലായിരത്തോളം കിലോമീറ്റർ ഉയരത്തിലാ നമ്മളിപ്പോൾ...!"

തൊട്ടടുത്ത സീറ്റിലിരിക്കുന്ന സ്ത്രീ മകനോട് പറയുന്നത് കേട്ടാണവളുടെയുള്ളിലെ ഓർമ്മപ്പെയ്ത്ത് തല്ക്കാലമൊന്നു തോർന്നത്....!!

"എന്താ ഗേയാ.. ഉറങ്ങായിരുന്നോ അതോ എപ്പോഴത്തെയും പോലെ ചിന്തകൾക്ക് ചിറകു നൽകി പാറി നടക്കായിരുന്നോ?"

അൻഷുമാൻ ചിരിച്ചുകൊണ്ടു ചോദിച്ചതിനവൾ ഒരു

മറുചിരിയെക്കൂട്ട് പിടിച്ചുത്തരം നൽകി..

"മനസ്സിനെ വല്ലാതെ നോവിക്കുന്ന എന്തേലും വരുമ്പോ ഞാൻ നിന്റെ കൂടെ ചിലവഴിച്ച നല്ലോർമ്മ കളെ കൂട്ട് പിടിയ്ക്കും, നീ എനിയ്ക്ക് തരുന്ന അളവി ല്ലാത്ത സ്നേഹത്തിന്റെ ആഴിയിൽ ഒന്ന് നീന്താൻ പോകും, അപ്പൊ കുറച്ചു ഓക്കേ ആകും...!"

"ചോദിക്കേണ്ട കാര്യമില്ലല്ലോ എന്താണ് മനസ്സിനെ വിഷമിപ്പിച്ചത് ന്ന്...!!!

അൻഷുമാൻ പറഞ്ഞു മുഴുമിപ്പിക്കുന്നതിനു മുൻപേ ഗേയ പറഞ്ഞു തുടങ്ങി...

"അൻഷു..ഞാൻ ആദ്യമായിട്ട് ചെയ്ത പ്രൊജക് റ്റ് ആണത്. ഓഫീസിൽ എല്ലാവരും എത്ര അഭിനന്ദിച്ചു എന്നറിയോ ? മനോഹരൻ സർ മാത്രം എന്തൊക്കെ യോ ഉള്ളതും ഇല്ലാത്തതും ഒക്കെ ചേർത്തു വെച്ച് കുറെ പറഞ്ഞു.. "ഞാൻ തുടക്കക്കാരിയാണ് സർ." എന്നു പറഞ്ഞപ്പോൾ, പറയാ... "ഇതിലെന്തു തുടക്ക ക്കാർ, അനുഭവമുള്ളവർ" എന്ന്...ഒരു മുരടൻ.. മന സ്സിടിഞ്ഞു പോയെ ന്നെ..!!"

"എന്റെ പെണ്ണേ, നമ്മളീ കടന്നുപോകുന്ന നാത്തൂ ല ചുരമുണ്ടല്ലോ അതുപോലാ കാര്യം, ഇവിടെ നല്ല കഴിവുള്ളവർക്കേ നന്നായി വണ്ടിയോടിക്കാൻ പറ്റൂ... പുതിയതായി വരുന്നവരോട് അനുഭവസ്ഥർ പറയും... ഇവിടെ പുതിയവരെന്നോ, അനുഭവമുള്ളവരെന്നോ ഒന്നുമില്ല എന്ന്. പക്ഷെ പുതിയവരുടെ ഉള്ളിൽ താൻ പുതിയ ആളാണ് എന്ന തോന്നൽ കുറച്ചു കാലത്തേ യ്ക്ക് ഉണ്ടാകും...അദ്ദേഹത്തെപ്പോലെയുള്ളവർ

പറഞ്ഞു തരുമ്പോൾ ശരിയെന്നു തോന്നുന്നത് ഉൾ ക്കൊള്ളണം, അല്ലാത്തത് വിട്ടേയ്ക്ക്!"

ഒരു കുഞ്ഞു മന്ദസ്മിതം എത്തിനോക്കിയ അവളു ടെ അധരങ്ങൾ പറയാൻ വന്നതെന്തോ തടഞ്ഞു കൊണ്ടവനാരും കാണാതെ പെട്ടെന്ന് നൽകിയ ചുംബനത്തോട് എന്നത്തേക്കാളും കൂടുതൽ ഇഷ്ടം തോന്നി ഗേയക്ക്!!

*****

42. റിഥിമ!!

മഞ്ഞു മൂടിയ മലനിരകൾ, തൂവെള്ള നിറമുള്ള അപ്പൂപ്പൻ താടികൾ പോലെ തോന്നി റിഥിമയ്ക്ക്. സിക്കിം സംസ്ഥാനത്തിന്റെ പടിഞ്ഞാറു ഭാഗത്തു സ്ഥിതി ചെയ്യുന്ന ചരിത്രപട്ടണമായ യുക്സോമിലേയ്ക്കുള്ള ആ യാത്ര അവളൊരുപാട് ആസ്വദിക്കുന്നുണ്ടായിരുന്നു.തണുത്തുറഞ്ഞു കിടക്കുന്ന തടാകങ്ങളും, സുന്ദരികളായ നദികളും, ഹിമകണങ്ങൾ ആലിംഗനം ചെയ്തു കിടക്കുന്ന താഴ് വാരങ്ങളും കൂടെ മൈനസ് രണ്ടു ഡിഗ്രി തണുപ്പും.. എല്ലാം അവൾക്കു പുതുമനൽകുന്നതായിരുന്നു.

വണ്ടിയിൽ നിന്നിറങ്ങിയുള്ള കാൽനടയാത്ര, അതവൾക്കൊത്തിരി ഇഷ്ടമായി. ടെന്റിന് മുന്നിൽ നിന്ന് കഥകളിൽ മാത്രം വായിച്ചറിഞ്ഞിട്ടുള്ള മഞ്ഞു മൂടിയ പർവ്വത ശിഖരങ്ങൾ നോക്കി നിൽക്കുമ്പോളാണ് കൂടെ വന്ന ചേച്ചി റിഥിമയുടെ അരികിലേക്ക് വന്നത്.

"റ്റിബറ്റൻ അതിർത്തിയിൽ പതിനാറായിരത്തി അഞ്ഞൂറ് അടി ഉയരത്തിലാണ് ഗോ ചാലെ,നമുക്ക് കയറാനുള്ള പർവ്വതം.. ഈ യുക്സോം ആണ് നമ്മുടെ ബേസ് ക്യാമ്പ്. റിഥിമ ആദ്യമായിട്ടാണല്ലേ ഇവിടെ?"

റിഥിമ, അതേ എന്ന അർത്ഥത്തിൽ തലയാട്ടി.

"ഹിമമനുഷ്യനായ യതിയുടെ നാടെന്ന് കഥകളിൽ വായിച്ച യുക്സോം, ശരിക്കും സുന്ദരിയാണല്ലേ റിഥിമ

എനിക്കിവിടെ എല്ലാം ഇഷ്ടമായി, ആ ഗൈഡിനെ ഒഴിച്ച്.. അവന്റെ നോട്ടം അത്ര ശരിയല്ല!!"

ചേച്ചി പിന്നെയും സംസാരിച്ചു കൊണ്ടിരുന്നു. എല്ലാവരും പിറ്റേന്നത്തേക്കുള്ള പർവ്വതാരോഹണത്തിന്റെ തയ്യാറെടുപ്പിൽ മുഴുകിയിരിക്കുമ്പോൾ,ആ ഗൈഡ് തന്നെത്തന്നെ നോക്കുന്നതായി അവൾക്കു തോന്നി.ചേച്ചി പറഞ്ഞപോലെ ഇവൻ ആള് ശരിയല്ല എന്നൊരു തോന്നൽ അവളുടെ മനസ്സിൽ നിന്നും എത്തി നോക്കി.ഉറങ്ങാൻ പോകുമ്പോൾ അവളെ തുറി' ച്ചു നോക്കി നിൽക്കുന്നുണ്ടായിരുന്ന ഗൈഡിനെ കണ്ടപ്പോൾ ആ ഹിമശൈലത്തിലെ രാവിന് ഭീതിയുടെ ഛായ ഉണ്ടോ എന്നവൾക്ക് തോന്നി. അസഹനീയമായ തണുപ്പിനെ തോൽപ്പിച്ച് അവൾ നിദ്രയെ പുൽകിത്തുടങ്ങിയപ്പോഴാണ് ആരോ തന്റെ ശരീരത്തിൽ സ്പർശിക്കുന്നതായി അവൾക്കു തോന്നിയത്. നിശയുടെ മറവിൽ തന്നെ ചൂഷണം ചെയ്യാനെത്തിയ ആ ഗൈഡ് തന്നെയാകും എന്നുറപ്പിച്ചുകൊണ്ടവൾ ആഞ്ഞൊന്നുന്തി. പക്ഷെ കൈകൾ പതിഞ്ഞ ശരീരത്തിലെ രോമവളർച്ച അവളെ അമ്പരപ്പിച്ചു.ശബ്ദം കേട്ടു ടെന്റിൽ കൂടെയുണ്ടായിരുന്നവർ എഴുന്നേറ്റു..

മറ്റു ടെന്റുകളിൽ നിന്നും ആളുകൾ ഓടി വന്നു. സ്വന്തം മാളത്തിലേക്കുള്ള വഴി പലപ്പോഴും മറന്നു പോകുന്ന ഹിമാലയൻ മാർമോത് എന്ന മൃഗമാണ് ആ രാത്രിയിൽ വഴിതെറ്റി അവളുടെ ടെന്റിൽ വന്നതെന്ന് പറഞ്ഞ സിക്കിംകാരൻ ഗൈഡ് തന്നെ ആ പാവം മൃഗത്തെ പുറത്തേക്ക് പോകാൻ സഹായിച്ചു.

സുഷുപ്തിയുടെ ലോകത്തേക്ക് തിരിച്ചു പോകുന്നതിനു മുൻപ് റിഥിമ അയാൾക്കൊരു നന്ദിയിൽ പൊതിഞ്ഞ പുഞ്ചിരി സമ്മാനിച്ചു. ആ മന്ദസ്മിതത്തിനു പിന്നിൽ ഒളിച്ചിരുന്ന കുഞ്ഞു കുറ്റബോധത്തെ അവൾ മാത്രമേ കണ്ടുള്ളൂ!!!!

*****

43. താഷി!!

ഉപ്പുചുവയുള്ള ആ വെള്ളത്തുള്ളികൾക്ക് ഒട്ടും ക്ഷമയില്ലാത്തപോലെ. അക്ഷമയോടെ അവർ താഷിയുടെ കവിളിണയിലൂടെ ഓടിയിറങ്ങിയത് കണ്ടുനിൽക്കാൻ അവനായില്ല. പെയ്തൊഴിയാൻ കൊതിച്ചു നിൽക്കുന്ന അവളുടെ ഹൃദയമേഘങ്ങളെ കണ്ടില്ലെന്നു നടിച്ചവൻ നടന്നു നീങ്ങുമ്പോൾ മനസ്സിൽ ഒരു പ്രാർത്ഥനയെ ഉണ്ടായിരുന്നുള്ളൂ, അവൾ തിരിച്ചുവിളിക്കരുതേയെന്ന്.പിന്നിലെ കാൽപെരുമാറ്റത്തിൽ നിന്നവൻ തിരിച്ചറിഞ്ഞു.. അവന്റെ പിറകെ വരാനവൾ ശ്രമിക്കുന്നതും, എല്ലാവരും കൂടെയവളെ തടയുന്നതും.

പടിഞ്ഞാറൻ സിക്കിമിലെ പെല്ലിംഗിലേയ്ക്ക് കഴിഞ്ഞ അവധിക്കാലത്ത് പോയ യാത്രയുടെ ഓർമ്മപ്പൂക്കൾ അവന്റെ മനസ്സിൽ സുഗന്ധം പരത്തി തുടങ്ങി... ഗാങ്ടോക് കഴിഞ്ഞാൽ ഏറ്റവുമധികം ആളുകൾ സന്ദർശിക്കുന്ന, സമ്പന്നമായ ബുദ്ധമത പൈതൃകവും, ചരിത്രവുമുള്ള ചെറുഗ്രാമം.. പെല്ലിംഗ്!! പമയാംഗ്റ്റ്സേ - സംഗചോലിങ് ബുദ്ധവിഹാരങ്ങൾ, സിങ്കോർബ്രിഡ്ജ്, ചാംഗ വെള്ളച്ചാട്ടം, കെച്ചുപരി തടാകം തുടങ്ങിയ ആകർഷണകേന്ദ്രങ്ങൾ സന്ദർശിച്ചു മടങ്ങാൻ നിൽക്കുമ്പോഴാണ് വർഷത്തിൽ ഒരിക്കൽ നടക്കുന്ന കാഞ്ചൻജംഗ ഉത്സവം കാണണമെന്ന്...

താഷി വാശി പിടിച്ചത്. ഉത്സവം കണ്ടു മടങ്ങും വഴി ഒരു കാറിന്റെ രൂപത്തിൽ വന്ന് വികൃതി കാണിച്ച വിധി അവളുടെ മനസ്സിന്റെ സന്തുലനം ഇല്ലാതാക്കിയപ്പോൾ,കരിഞ്ഞു പോയത് ഒരുമിച്ചു നെയ്തെടുത്ത ഒത്തിരി കിനാക്കളാണ്. ഒരു വർഷത്തോളം ബുദ്ധിസ്ഥിരതയില്ലാത്ത അവളെയും കൊണ്ട് പോകാത്ത അമ്പലങ്ങളില്ല, കാണാത്ത ഡോക്ടർമാരില്ല. താഷിയ്ക്കു താൻ മാത്രമേ ഉള്ളൂ എന്നറിയാഞ്ഞിട്ടല്ല, ജോലിയിലെ സ്ഥാനക്കയറ്റം കൂടുതൽ സമയം ആവശ്യപ്പെട്ടപ്പോൾ, മനസ്സില്ലാമനസ്സോടെയാണവളെ ഈ ഭ്രാന്താശുപത്രിയിലാക്കാൻ നിർബന്ധിതനായത്.

"ചോര.. ചോര...!"

അവളുടെ നിലവിളി ആശുപത്രി ഗേറ്റ്നരികിലെത്തിയ അവനെ നിമിഷങ്ങൾക്കകം അവൾക്കരികിൽ തിരിച്ചെത്തിച്ചു.

"ഏട്ടാ.. ദേ ചോര വരുന്നു..!"

ഭീതി കലർന്ന ശബ്ദത്തിൽ, കാലിലൂടെ ഒഴുകിയിറങ്ങുന്ന ആർത്തവരക്തം ചൂണ്ടികാണിച്ച് ഇരുപത്തിമൂന്ന് കാരിയായ കുഞ്ഞു പെങ്ങൾ പറഞ്ഞപ്പോൾ അവനവളെ ഇറുകെ കെട്ടിപിടിച്ചു. മനസ്സിന്റെ ത്രാസ്സിൽ അവളോടുള്ള സ്നേഹം ജോലിക്കയറ്റത്തോടുള്ള മോഹത്തെ തോൽപ്പിച്ചതവനറിഞ്ഞു!!!

*****

44. മനസ്വി!!

ഇജ്ജ് ഓള് പറേണേനൊക്കെ കെടന്നു തുള്ളിക്കോ ന്റെ നാസറെ, ഞമ്മളൊന്നും മുണ്ടണില്ല" ഉമ്മൂമ്മയുടെ വാക്കുകൾ അസന്തുഷ്ടിയുടെ നിറമുള്ളവയായിരുന്നു.

"ന്റെ ഉമ്മൂമ്മാ..ഓൾക്ക് നല്ല ഏനക്കേട് ഉള്ളോണ്ട ല്ലേ, ങ്ങളൊന്ന് സമാധാനപ്പെട്. ഞമ്മള് പോയി നോക്കട്ടെ, ഡോക്ടർ എന്താ പറയണേ ന്ന്!"

ഇത്രയും പറഞ്ഞു കൊണ്ട് നാസർ മനസ്വിയെയും കൊണ്ടു വീട്ടിൽ നിന്നിറങ്ങി. ഉമ്മൂമ്മ പിന്നെയും എന്തൊക്കെയോ പറയുന്നുണ്ടായിരുന്നു.

വണ്ടിയിൽ ഇരിക്കുമ്പോൾ മനസ്വിയുടെ മനസ്സ് ഒരുപാടു ചോദ്യങ്ങൾ ചോദിക്കുന്നുണ്ടായിരുന്നു. കൂടെ പഠിച്ച അന്യമതക്കാരനെ, അല്ല.. മതം മാത്രമല്ല സംസ്ഥാനം എന്നു പറയണം.. അന്യസംസ്ഥാനക്കാരനെ സ്നേഹിച്ചു കല്യാണം കഴിച്ചത് തെറ്റായോ..? അവനു വേണ്ടി അവന്റെ ഭാഷ പഠിച്ചത്, അവന്റെ നാടിനെ.. വീടിനെ ഒക്കെ സ്വന്തമായി കണ്ടത്...???.. നാസറിന്റെ സ്നേഹം കാണുമ്പോൾ ഒരിക്കലും അങ്ങനെ തോന്നാറില്ല. പക്ഷെ ഈ ഉമ്മൂമ്മ, ഒരു സ്വൈര്യവും തരില്ല, എല്ലാത്തിനും അവരുടേതായ ഒരോ അഭിപ്രായങ്ങൾ ഉണ്ടാകും. ഡോക്ടറിനെ കാണേണ്ട, അവരുടേല് അതിനുള്ള ഉപായവും ഉണ്ട് എന്നു പറയു

ന്നതൊക്കെ കേൾക്കുമ്പോൾ തല പെരുക്കുന്നു.. പ്രസിദ്ധമായ രാജപരമ്പരകൾക്ക് അമ്മ വീടായ, രാജസ്ഥാനിലെ ഉദയ്പൂരിൽ ജനിച്ചു വളർന്ന താൻ വീട്ടിലെ രാജകുമാരി തന്നെയായിരുന്നു. ഒരുപാടു കൊട്ടാരങ്ങളും മനുഷ്യനിർമ്മിത കൃത്രിമ തടാകങ്ങളും സുന്ദരിയാക്കിയ തന്റെ നാടിന്റെ ഓർമ്മകൾ ഹൃത്തടത്തിൽ നിന്നും എത്തി നോക്കുന്നതവളറിഞ്ഞു.

"മതി കിനാവിന്റെ ലോകത്തു പാറി നടന്നത്. ഉദയ്പൂരിന്റെ സ്വന്തം രാജകുമാരി ഇറങ്ങിക്കെ.. ക്ലിനിക് എത്തി...!"

നാസറിന്റെ വാക്കുകൾക്ക് മറുപടിയായി ഒരു പുഞ്ചിരി നൽകിയവൾ.

"ഇതൊരു സാധാരണ ചർമ്മ രോഗമാണ്.. മരുന്നൊന്നും കഴിക്കണമെന്നില്ല, നീം ആൻഡ് ടർമെറിക്ന്റെ ഒരു ഓയിൻമെന്റ്എഴുതിത്തരാം, അത് കൃത്യമായി ഉപയോഗിച്ചാൽ മതി...!"

ഡോക്ടർ പറഞ്ഞു നിർത്തിയപ്പോൾ മനസ്വിയുടെ മുന്നിൽ ഉമ്മൂമ്മയുടെ ചിരിക്കുന്ന മുഖവും, ഉമ്മൂമ്മ പറഞ്ഞതും തെളിഞ്ഞു വന്നു...

"കയ്യിമ്മെലുള്ള ഈ ഏനക്കേട് മാറ്റാൻ ഡാക്കിട്ടരേ കാണാൻ പോവാ ഇജ്ജ് ? വേപ്പിന്റെലേം മഞ്ഞളും ഇച്ചിരി ദിവസം അരച്ചങ്ങട്ട് തേച്ചാൽ മാറും ദ്...!"

ദൈവത്തിന്റെ സ്വന്തം നാട്ടിലെ പഴമയുടെ താളിലെ അറിവുകൾ ചേർത്തു നിർത്തേണ്ടതുതന്നെയാണെന്ന് മനസ്സിലുറപ്പിച്ചുകൊണ്ടാണ് ആ രാജസ്ഥാനി സുന്ദരി വീട്ടിലേക്കു മടങ്ങിയത്!!!!!

*****

45. നബിത!!!

മനസ്സിന്റെ കോണിൽ നിന്നും എത്തി നോക്കുന്ന ഭയത്തിന്റെ കുഞ്ഞലകളെ അടക്കിയിരുത്താൻ നബിത പാട് പെടുന്നുണ്ടായിരുന്നു.ബില്ലിംഗ് കൗണ്ടറിനടുത്തെത്താറായപ്പോൾ പോക്കറ്റിലിരുന്നാ കുഞ്ഞു പുസ്തകം മെല്ലെ ചിരിക്കുന്നത് പോലെ തോന്നി....

അമ്മയുടെ കൂടെ ഷോപ്പിംഗ് മോളിൽ വന്നപ്പോൾ പുസ്തകങ്ങൾ വെച്ചിരുന്ന ഭാഗത്തു നിന്നും ഒരു കുഞ്ഞു പുസ്തകം നബിതയെ കൈ കാട്ടി വിളിച്ചപോലെ. ഉത്തരകർണ്ണാടകയിലെ വിജയനഗര രാജ്യത്തിന്റെ തലസ്ഥാനമായിരുന്ന പുരാതന നഗരമായ ഹംപിയെക്കുറിച്ച് ഒരുപാടു കാര്യങ്ങൾ പറഞ്ഞുതരുന്ന ആ പുസ്തകത്തെ നബിതയ്ക്ക് ഒത്തിരി ഇഷ്ടമായി. കയ്യിലെടുത്തു താളുകൾ മറിച്ചു നോക്കിയപ്പോൾ ചരിത്രാവശിഷ്ടങ്ങൾ ചിതറിക്കിടക്കുന്ന ഹംപി തുംഗഭദ്ര നദിയുടെ തീരത്ത് നിർമ്മിതമായതിനാൽ നദിയുടെ പുരാതനനാമമായ പമ്പ എന്ന പേരിലാണ് ആദ്യകാലങ്ങളിൽ അറിയപ്പെട്ടിരുന്നത് എന്നറിയാൻ കഴിഞ്ഞു.ഹംപിയിലെ ഏറ്റവും പഴയ വിരൂപാക്ഷക്ഷേത്രത്തിന്റെ ചിത്രം നബിതയുടെ ഹൃദയത്തിൽ ഇടം നേടി.

"നബൂ.. വരൂ പോകാം "

അമ്മയുടെ ശബ്ദമാണ് നബിതയെ ഹംപിയുടെ മായാലോകത്തു നിന്നും തിരിച്ചു കൊണ്ടു വന്നത്..

"അമ്മേ.. ഈ ബുക്ക് എനിക്കു വേണം..!"
നബിത പറഞ്ഞു നിർത്തുന്നതിനു മുൻപേ അമ്മ പറഞ്ഞു..

"ഈ ആഴ്ച പരീക്ഷയല്ലേ നിനക്ക്. അത് കഴിഞ്ഞിട്ടു വാങ്ങാം.!"

അമ്മയുടെ കൂടെ മുന്നോട്ടു നടന്ന നബിത ഇടയ്ക്കൊന്നു തിരിഞ്ഞു നോക്കി. പെട്ടെന്ന് ഓടിച്ചെന്ന് ആ പുസ്തകമെടുത്തു പോക്കറ്റിൽ വെച്ചു. ഒന്നും അറിയാത്ത പോലെ അമ്മയെ പിന്തുടർന്നു..

പക്ഷെ ബില്ലിംഗ് കൗണ്ടറിനടുത്തെത്താറായപ്പോൾ ഹൃദയമിടിപ്പ് കൂടുന്ന പോലെ. ആദ്യമായിട്ടാണ് ഇങ്ങനെയൊരു കള്ളത്തരം!! ഇവിടെ ബില്ലിൽ പെടാത്ത സാധങ്ങൾ കൊണ്ടു പോകുമ്പോൾ സൈറൺ അടിക്കില്ല, അത് കൊണ്ടു കുറച്ചാശ്വാസം. എന്നാലും, പേടിച്ചു മരിക്കുമെന്ന് തോന്നിയ നിമിഷത്തിൽ നബിത തിരിച്ചു പോയി ബുക്ക് എടുത്തിടത്തു വെയ്ക്കാൻ ആഗ്രഹിച്ചു. പക്ഷെ വരിയിൽ കുറെ മുൻപിൽ എത്തിയിരിക്കുന്നു... ബില്ലിടാൻ തുടങ്ങിയിരിക്കുന്നു. ഇനി എങ്ങനെ തിരിച്ചു പോകും.. അമ്മയോട് എന്തു പറയും??
ഒന്നിന് പിറകെ ഒന്നായി പേടിപ്പെടുത്തുന്ന ചിന്തകൾ നബിതയെ കാർന്നു തിന്നുമ്പോളാണ് അമ്മ പറയുന്നത് കേട്ടത്..
"നിക്കൂ ട്ടോ, മോൾ ഒരു പുസ്തകം വായിക്കുകയായി

രുന്നു, അതുകൊണ്ടത് ആ ട്രോളിയിൽ ഇല്ലാ, അത് കൂടി ചേർത്തു ബില്ല് ഇടൂ. നബൂ.. ആ പുസ്തകം കൊടുക്ക്. ബില്ല് ഇട്ടതിനു ശേഷം ബാക്കി വായിച്ചോ..!"

നബിതയുടെ മിഴികളിൽ വിരിഞ്ഞ ആശ്വാസപ്പൂക്കളുടെ നിറം അതിരില്ലാത്ത അമ്മയിഷ്ടത്തിന്റെയായിരുന്നു .....!

*****

www.ingramcontent.com/pod-product-compliance
Lightning Source LLC
LaVergne TN
LVHW021201160826
845679LV00024B/2196

* 9 7 9 8 8 9 5 1 9 7 8 6 8 *